PHILIPPE NGO

DỰ ĐOÁN KHÔNG GIAN TRONG TAROT

NHÂN ẢNH
2021

Copyright © 2018 Philippe Ngo. All rights reserved. No part of this publication may be reproduced, distributed, or transmitted in any form or by any means, including photocopying, recording, or other electronic or mechanical methods, without the prior written permission of the authors, except in the case of brief quotations embodied in critical reviews and certain other noncommercial uses permitted by copyright law.

ISBN: 9781088004135

For permission requests, write to the authors, addressed "Request Permissions" at the email below.

contact@tarothuyenbi.info

"CÁCH DUY NHẤT BẠN SẼ ĐẾN NHỮNG NƠI BẠN CHƯA TỪNG ĐI LÀ NẾU BẠN TIN TƯỞNG SỰ CHỈ DẪN CỦA CHÚA ĐỂ LÀM NHỮNG ĐIỀU BẠN CHƯA TỪNG LÀM."

– GERMANY KENT

PHILIPPE NGO

Nội Dung

	Lời bạt	vii
	Lời Nói Đầu	11
1	Chương Mở Đầu	17
2	Phương Pháp Cube of Space	27
3	Phương Pháp Hoạt Cảnh	40
4	Phương Pháp Số Học	147
5	Phương Pháp Chiêm Tinh	155
6	Những Nẻo Đường của Vận Mệnh	169

Lời Bạt

Không gian là một mở rộng ba chiều không biên giới, cùng với thời gian tạo nên một không gian bốn chiều thường gọi là không thời gian. Ngày trước, theo quan điểm của Isaac Newton, không gian là tuyệt đối, có nghĩa là nó tồn tại vĩnh viễn và độc lập với sựu có mặt hoặc không của vật chất trong không gian.

Vật lý học hiện đại lại ghi nhận sự giãn nở của không gian, ứng theo Thuyết tương đối tổng quát của Albert Einstein lại chứng minh được độ cong của không thời gian có liên hệ chặt chẽ trực tiếp với năng lượng và động của các vật chất và bức xạ. Do đó không gian theo lý luận này lại thay đổi phụ thuộc vào các biến số được ghi nhận.

Quyển sách "Dự đoán không gian trong Tarot" đề cập trực tiếp đến nhiều biến số và khả năng dự đoán của các lá bài từ ẩn chính đến ẩn phụ thông qua nhiều phương pháp. Và ở mỗi phương pháp đều dựa trên những lý luận có dẫn chứng cụ thể bằng những định nghĩa rõ ràng. Là một người từng học chuyên về Vật Lý, tôi đánh giá cao những bằng chứng khoa học mà quyển sách mang lại như phương pháp số học và chiêm tinh. Cũng là một người có cơ duyên tiếp xúc với Tarot trong nhiều năm nay, tôi lại thấy mình may mắn khi tiếp cận được một công cụ hiệu quả để có thể hiểu rõ và làm sáng được thêm nhiều tầng nghĩa về mặt hình ảnh của các lá Tarot : phương pháp hoạt cảnh. Giá trị của quyển sách nằm ở chỗ, quyển sách vừa có thể được sử dụng như một tài liệu nghiên cứu, vừa có thể ứng dụng để tìm ra câu trả lời minh bạch hơn trong đời sống hằng ngày.

Không- thời gian đã, luôn và sẽ là một đề tài được nghiên cứu sâu và rộng từ khoa học cho đến liên khoa học. Với những người đọc bài nếu có cơ hội hãy làm giàu hơn kiến thức của bản thân để xác định rõ ràng hơn vị trí vật lý của đối tượng và đưa ra được lời giải đáp chuyên sâu. Ngoài ra những người mến mộ Tarot cũng có thể sử dụng "Dự đoán không gian trong Tarot" cùng "Dự đoán thời gian trong Tarot" của tác giả Philippe Ngo để tham khảo và học hỏi.

Tôi may mắn được là người viết lời bạt cho tác

giả, muốn dùng sự kính trọng và yêu mến của mình gửi đến tác giả vì sự tận tâm và đam mê trong công việc. Tôi mong quyển sách "Dự đoán không gian trong Tarot" sẽ là một lựa chọn phù hợp cho những người đã luôn dành tình yêu của mình cho Tarot nói chung cũng như tác giả Philippe Ngo.

Mong sẽ còn có nhiều cơ hội được đón chào những công trình ngày càng ấn tượng của tác giả.

Thiên Phong

Nhà văn, diễn viên, giảng viên đại học Văn Lang, tác giả của bộ bài Bộc Lộc Oracle, và một số đầu sách nổi tiếng như Người là ai trong đời, Jeju- Từ lạ thành thương, 10 ngày 8 người & và 4g.tầng...

LỜI NÓI ĐẦU

Không gian, thời gian và con người là những chủ đề xuyên suốt trong lịch sử văn minh con người. Có lẽ, từ khi có nhận thức thì con người đã ngưỡng vọng những vì sao trên bầu trời để suy tư về thế giới xung quanh và thân phận con người. Những chủ điểm suy tư về không gian, thời gian và con người đều tập trung vào thể và dụng của chúng, thể chính là ám chỉ đến bản thể; hay là bản chất sâu xa của không gian, thời gian và con người. Như nguồn cơn tạo thành, hay đặc tính của chúng như không gian với ba chiều tuyến tính, hay thời gian kéo dài từ quá khứ đến tương lai, và mối quan hệ của chúng với con người. Còn dụng, chính là việc con người sử dụng những tiềm năng của bản thân như thế nào trong các mối tương quan ấy. Đó là thiên thời; hay thời điểm, thời gian thích hợp. Đó là địa lợi, hay là địa điểm, không gian thích hợp. Đó là nhân hoà, hay là sự hoà hợp bên trong con người, và hoà đồng bên ngoài giữa người và người.

Chính vì thế, những môn học liên quan đến thời gian và không gian ra đời trong dòng chảy lịch sử nhân loại. Như cổ đại, bắt đầu với văn minh Lưỡng Hà, con người đã quan tâm đến thời gian dựa trên sự vận động của các thiên thể, từ đó Chiêm tinh học cổ đại ra đời lấy yếu tố thời gian - không gian làm trọng tâm. Theo thời gian, Thiên văn học thoát thai từ Chiêm tinh học, lấy yếu tố không gian - thời gian làm trọng tâm. Cũng tương tự, những môn học như Phong thuỷ hay Địa lý cũng có nhiều sự tương đồng, trong những điểm khác biệt về đường hướng.

Cũng như vậy, ba chủ điểm quan trọng không gian, thời gian, con người cũng là mối quan tâm lớn của đại đa số những người theo học Tarot. Nhưng điểm khác biệt ở Tarot, chính là lấy con người làm yếu tố trọng tâm. Hay nói cách khác, Tarot tập trung vào không gian bên trong và lấy bản thể con người làm điểm mốc thời gian. Vì thế, trong không gian Tarot người ta thường gặp hai chủ điểm chính yếu mà người xem lẫn người đọc đều quan tâm đó là: "thời gian tới tôi sẽ gặp những gì" và "liệu tôi nên làm gì với điều này"; hai vấn này, một tập trung về các yếu tố bên ngoài, còn lại tập trung yếu tố bên trong. Nhưng đều lấy con người làm trung tâm. Ở tâm thế chủ đạo ấy, con người đào sâu khai phá không gian nội tâm bên trong, để tự hiểu mình. Khi đã tự hiểu mình, thông qua các tiềm năng của bản thân mà đưa các lựa chọn phù hợp.

Từ những lựa chọn phù hợp với bản thân ấy, con người tạo ra hiện tại, từ đó cải biến tương lai.

Mấu chốt trong Tarot, không phải là tiên đoán tương lai trong một khung giới hạn. Mà là nhìn thấy được những giới hạn, mở tung ra những tiềm năng. Nên chính vì thế, nhận thức bản thân đưa đến hệ quả chính là tạo ra tương lai trên những nền tảng của chính mình. Việc quá đặt nặng chiêm đoán, hay chối bỏ tương lai; đều sẽ dẫn đến những giới hạn cho chính bản thân người thực hành. Trong mối liên hệ ấy, việc nắm rõ được và hiểu được các chủ điểm về không gian, thời gian và con người thông qua quan điểm và góc nhìn riêng chính là bước đầu đi sâu vào trong khu rừng mang tên là Tarot, nơi chứa đầy những biểu tượng huyền bí rực rỡ.

Và cuốn sách này, chính là một tấm bản đồ giúp người tìm kiếm nhìn thấy được những con đường có thể đi trong hành trình không gian này. Từ đó, chọn lựa được con đường phù hợp cho bản thân. Dẫu con đường vạn dặm ấy còn mãi xa xăm như lời thơ của Robert Frost:

"The woods are lovely, dark and deep,

But I have promises to keep,

And miles to go before I sleep,

And miles to go before I sleep.".

CHƯƠNG MỞ ĐẦU
CON NGƯỜI, CÂU CHUYỆN KHÔNG GIAN

Trong Tarot, những câu mà người ta quan tâm không nằm ngoài dạng thức 5W gồm: Điều gì (What), Tại sao (Why), Ai (Who) và Khi nào (When) và Nơi nào (Where). Với ba dạng thức câu hỏi đầu, những người thực hành Tarot từ bắt đầu cho đến cơ bản và chuyên sâu, đều phần nào đó nắm bắt và triển khai tốt trong các trải bài dù là dạng tự do hay theo câu hỏi để phân tích tổng hợp. Không những thế, các sách về Tarot hiện tại cũng đều tập trung vào ba vấn đề trọng tâm nêu trên. Chính bởi khuynh hướng này, các chủ đề liên quan đến thời gian thông qua câu hỏi "khi nào" và không gian với dạng câu hỏi "nơi nào" thường hiếm được đề cập, hay có chăng là ở những tài liệu rải rác chỉ đưa đến thông tin mà không giúp người thực hành Tarot nắm rõ nguyên lý sâu xa bên trong. Thí dụ như quy ước theo thời gian và mùa trong Tarot, tại sao các lá Gậy lại thuộc mùa xuân, hay ở tài liệu khác thì Gậy lại thuộc mùa hạ. Đằng sau những quy ước ấy là sự quy ước mang tính chất ngẫu nhiên mang tính trải nghiệm cá nhân, hay là có phương pháp hệ thống lý giải ẩn sau đó. Cũng tương tự như thế với không gian, nhưng chủ đề này càng hiếm gặp hơn so với thời gian; có chăng, là được đề cập đến trong các tư liệu nghiên cứu của các nhà huyền học mà không phổ thông với đại chúng.

Nếu lấy dạng thức 5W để làm một lộ trình học Tarot, nhóm ba câu hỏi đầu như: Điều gì, Tại sao và Ai chính là ba tiền đề giúp cho người tìm hiểu thực hành với ý nghĩa của nền tảng truyền thống; mà dân gian Việt Nam thường gọi là "chuẩn", tiếp đến là nắm bắt và hiểu sâu hơn về bộ bài mà bản thân sử dụng. Sau đó, là nắm vững thuần thục việc thấu hiểu con người và các mối quan hệ xung quanh qua các lá bài Tarot. Ở giai đoạn này, người thực hành sẽ nắm rõ được từ khoá của Tarot, cấu trúc bộ bài về Ẩn chính và Ẩn phụ, các trải bài từ đơn giản đến phức tạp, các cách thức đặt câu hỏi để giải quyết các vấn đề cơ bản nêu trên. Cũng từ đây, người thực hành bắt đầu có thể khai thác các thông tin với sự phản ánh của các lá bài Tarot.

Và bắt đầu quá trình tự hiểu mình, lắng nghe các mối quan hệ xung quanh và bắt đầu cảm giác thấy "thiếu". Cái thiếu này không hiển lộ trực tiếp, mà thông qua những câu hỏi khó như "khi nào thì điều này xảy ra?" hay "liệu rằng vị trí địa lý của của căn nhà này như thế nào?", hay "tôi có thể tìm thấy điều ấy/người ấy/ lý do cho việc ấy ở đâu và khi nào?".

Đại tượng thì vô hình, nhưng những biểu hiện của nó thì hữu hình. Hai câu hỏi khi nào và nơi nào tượng trưng cho hai giai trình tiếp theo trong quá trình phát triển sự truy tầm tri thức và chân lý thông qua con đường Tarot. Đây là hai chủ đề hay hai cánh cổng lớn, mà mỗi lần bước vào cổng và đi qua nó, là một lần mở rộng nhận thức của người thực hành. Sự mở rộng này được gọi với nhiều cái tên khác nhau như tỉnh thức, thấu suốt, nhập định. Hamvas Béla đã nói về khía cạnh này như sau:

"Chúng ta có những ký ức không quên về Ai cập cổ. Hai mươi hai bức hình; cái ngày nay người ta dùng làm hai mươi hai con bài, hai mươi mốt tấm ảnh đánh dấu bằng chữ và con số từ một đến hai mươi mốt. Hai mươi hai tấm ảnh, con bài Tarot, thể hiện hai mươi hai mức độ nhập định của Ai cập cổ.

Những bức hình như: vua (quyền lực - vaulting ambition), bánh xe (bánh xe của số phận), sự may mắn (vòng quay tròn), nạn nhân, sự vượt ngưỡng (thần chết). Bức hình cuối cùng trong tập bài không chữ và con số là anh hề. Anh hề, đúng vậy, không chữ và không số, phù hợp với một anh hề chính cống, thứ tự sau cùng, như một kẻ đứng ngoài cuộc chơi, kẻ không được tính đến, kẻ cần phải nhắc đến vì cảm hứng của cái toàn bộ, bởi chàng ta có mặt tại đây, không thể phủ nhận. Đấy là Arlequin-anh hề. Vẫn còn là tử tế, khi nhắc đến chàng ta. Ở Ai cập người ta vẫn còn coi trọng.

Tri thức về nhập định là linh hồn người khi đã đi hết con đường của tất cả các vương quốc có thể của số phận, sẽ cập bến không số, không chữ, sẽ đến một điểm ngoài cuộc chơi, chỉ còn gắn bó với toàn thể vì có thể cười lên tất cả."- tiểu luận "Arlequin", Nguyễn Hồng Nhung dịch.

Mỗi quân bài trong cỗ Tarot đều chứa đựng yếu tố của thời gian và không gian, là kho tàng mà người thực hành Tarot cần đào xới khai phá. Như trong cặp quân bài Bánh Xe Vận Mệnh Và Thế Giới; là hai lá bài diễn tả rõ ràng nhất về dấu ấn và ảnh hưởng của thời không trong Tarot. Lá số X tượng trưng cho sự luân chuyển của thời gian, từ quá khứ đến tương lai và từ cao xuống thấp rồi lại từ thấp lên cao. Vận mệnh con người theo thời gian lôi cuốn tuột ra khỏi tầm tay. Con người ở lá X nằm trong dòng chảy thời gian mà không hay, vội vã tranh được mất sớm chiều, nhưng hết thảy chỉ như tay không múc nước.

Ngược lại, con người ở lá XXI vẫn nằm trong dòng chảy thời gian, nhưng không còn bị thế giới hiện tượng lôi cuốn, mà thế giới bên trong đã mở. Thế giới trật tự được tạo thành, qua đó dù ngoại cảnh trôi chảy nhưng không gian nội tâm bên trong đã cố định, đã vững chắc, đã có tiếng nói và ánh sáng của tự thân. Chính vì thế, vượt qua thời không chính là tiền đề để đạt đến sự tự do thực sự của linh hồn con người.

Bởi vì mức độ điên của sự nhập định, mức độ thứ hai mươi hai, chỉ có Con Người đạt nổi, kẻ không bao giờ sợ hãi nữa. Không sợ: bị chết đói, bị bỏ rơi, bị sỉ nhục, bị chê cười, hay bị hành hạ, bị khóa trái tù ngục hay bị đánh vỡ đầu. Trong anh hề không có chút kính cẩn nào với hệ thống khen thưởng hoặc ban phát tiền bạc. Anh hề không sợ sự chửi mắng và những giấc mộng, không sợ những thí nghiệm, những áp phích những súng đã nạp đạn, không sợ sẽ chết sớm hơn thời gian phải chết."

Những phần tiếp theo trong cuốn sách này, cung cấp cho bạn đọc một đường dẫn, chiếc chìa khoá để mở ra phương pháp đọc không gian cho riêng bạn trên con đường Tarot. Các phương pháp này đi từ lý luận phân tích cho đến trực giác cảm quan; đồng thời, các phương pháp mở này đưa đến không gian ứng dụng để bạn có thể tự do khám phá dựa trên kiến thức và tri giác của bản thân. Đi từ phương pháp Khối không gian trong Tarot cho đến phương pháp Chiêm tinh, có phương pháp phức tạp lại có phương pháp giản đơn, có phương pháp được sử dụng với không gian rộng lớn, cũng có phương pháp sử dụng trong không gian nhỏ. Chúng sẽ giúp cho bạn có được cái nhìn nhận toàn diện nhất về chủ đề không gian trong Tarot.

.

PHILIPPE NGO

CHƯƠNG II

PHƯƠNG PHÁP CUBE OF SPACE

Cube Of Space

Khái niệm Cube of Space là khái niệm ra đời muộn hơn nhiều so với Tree of Life. Một số học giả của Golden, đặc biệt là Paul Foster Case nhận ra rằng, thay vì đọc bí thư Yetzirah theo Tree of Life thì người ta có thể đọc bí thư này theo khối. Sự biến đổi từ Yetzirah và Tarot tạo nên nhiều điểm dị biệt và không tương thích, đồng thời tạo nhiều vấn đề khó hiểu về quan hệ (chẳng hạn vấn đề về Path Bis, vấn đề 10 seroph và 4 world). Mặc khác, sự biến đổi Tarot theo Cube of Space lại phù hợp một cách hoàn toàn. Sự lý luận trở nên chặc chẽ.

Vì vậy ông thành lập Builders of the Adytum (B.O.T.A) và đề xuất B.O.T.A Tarot để sửa chữa những sai lầm của A.E.Wait trong vấn đề huyền học.

Tarot và Cube Of Space

Gồm 1 trung tâm, 3 trục, 6 mặt, 12 cạnh của khối. Tương ứng với 22 lá tarot (1+3+6+12= 22). Sự liên hệ trong quan hệ không gian cũng chính là sự liên hệ các lá bài. Ông bác bỏ việc sử dụng lá mặt và lá số trong cube of space. Tuy nhiên, các người kế thừa ông đề xuất dùng lá mặt để mô tả yếu tố con người, và lá số để mô tả mức ảnh hưởng. Một số tài liệu khác của ông lại cho thấy, ông sử dụng cả các kiểu spread và giải nghĩa theo Golden Dawn và Waite dù có những khác biệt.

Trung Tâm:

Cube	Letter	Planet	Tarot Key
Center	Tav	Saturn	The World

Trục:

Cube Axis	Letter	Aspect	Tarot Key
Above-Below	Aleph	Air	The Fool
East-West	Mem	Water	The Hanged Man
North-South	Shin	Fire	Judgement

Mặt của khối:

Cube	Letter	Planet	Tarot Key
Above	Beth	Mercury	The Magician
Below	Gimel	Moon	The High Priestess
East	Daleth	Venus	The Empress
West	Kaph	Jupiter	Wheel of Fortune
North	Peh	Mars	The Tower
South	Resh	Sun	The Sun

Cạnh:

Cube Edge	Letter	Zodiac Sign	Tarot Key
North-East	Heh	Aries	The Emperor
South-East	Vav	Taurus	The Hierophant

East-Above	Zain	Gemini	The Lovers
East-Below	Cheth	Cancer	The Chariot
North-Above	Teth	Leo	Strength
North-Below	Yod	Virgo	The Hermit
North-West	Lamed	Libra	Justice
South-West	Nun	Scorpio	Death
West-Above	Samekh	Sagittarius	Temperance
West-Below	Ayin	Capricorn	The Devil
South-Above	Tzaddi	Aquarius	The Star
South-Below	Qoph	Pisces	The Moon

Tính Chất của Cube Of Space tương ứng trong Hebrew

Tính Chất Mặt và Trung Tâm:

Hướng	Tên	Chữ Hebrew		Hành Tinh	
Trên	1 - The Magician	ב	Beth	☿	Mercury
Duưới	2 - The High Priestess	ג	Gimel	☽	Moon
Đông	3 - The Empress	ד	Daleth	♀	Venus

Tây	10 - The Wheel of Fortune	כ	Kaph	♃	Jupiter
Bắc	16 - The Tower	פ	Peh	♂	Mars
Nam	19 - The Sun	ר	Resh	☉	Sun
Giữa	21 - The World	ת	Tav	♄	Saturn

Tính Chất Cạnh:

Hướng	Tên	Chữ Hebrew		Chiêm Tinh
Đông Bắc	4 - The Emperor	ה	Heh	♈ Aries
Đông Nam	5 - The Hierophant	ו	Vav	♉ Taurus
Đông Trên	6 - The Lovers	ז	Zain	♊ Gemini
Đông Dưới	7 - The Chariot	ח	Cheth	♋ Cancer
Bắc Trên	8 - Strength	ט	Teth	♌ Leo
Bắc Dưới	9 - The Hermit	י	Yod	♍ Virgo
Tây Bắc	11 - Justice	ל	Lamed	♎ Libra
Tây Nam	13 - Death	נ	Nun	♏ Scorpio
Tây Trên	14 - Temperance	ס	Samekh	♐ Sagittarius

Tây Dưới	15 - The Devil	ע	Ayin	♑	Capricorn
Nam Trên	17 - The Star	צ	Tzaddi	♒	Aquarius
Nam Dưới	18 - The Moon	ק	Qoph	♓	Pisces

Tính Chất Trục:

Hướng	Tarot Key	Chữ Hebrew		Chiêm Tinh	
Trên Dưới	0 - The Fool	א	Aleph	♅	Uranus
Đông Tây	12 - The Hanged Man	מ	Mem	♆	Neptune
Bắc Nam	20 - Judgement	ש	Shin	♇	Pluto

Dựng Hình Cube Of Space

Bước 1: dựng trục

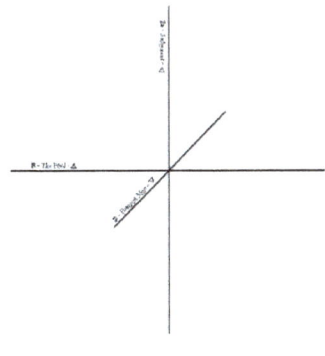

Bước 2: dựng mặt

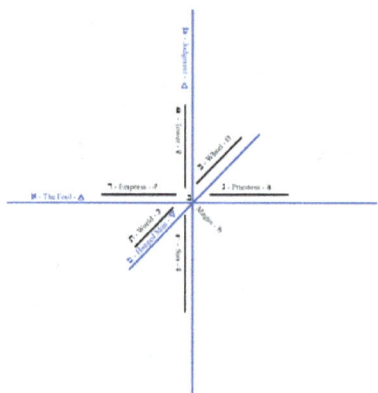

Bước 3: dựng cạnh

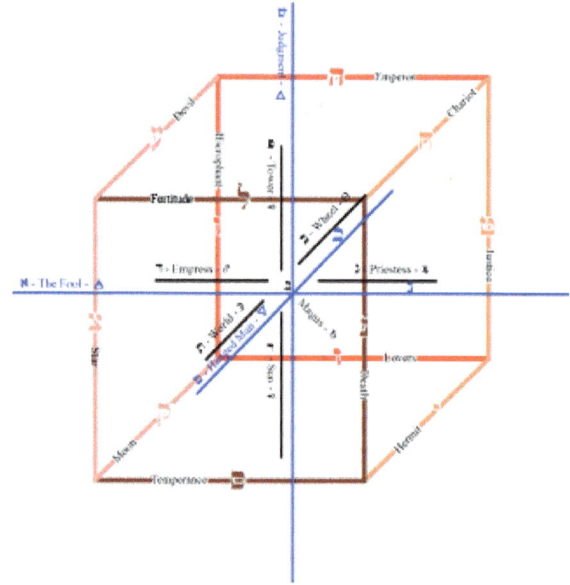

Bước 4: dựng Seroph

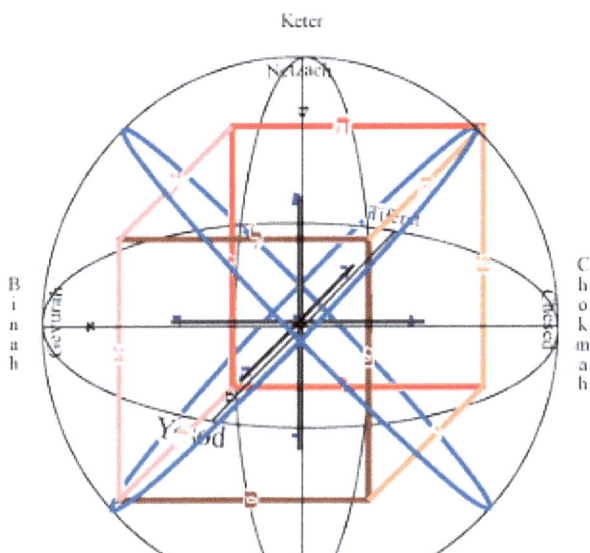

Mở Rộng Cube of space:

Cube of space là một mô hình nằm trong hệ thống Platonic Solid. Hệ thống này gồm 5 khối tương ứng với 5 trạng thái soul. 5 khối này là: khối tứ diện, khối lục diện, khối bát diện, khối thập nhị diện, và khối nhị thập diện. Cube of Space là khối lục diện, đã được Paul Foster Case áp dụng cho Tarot. Ông cũng chỉ ra rằng có phương pháp thực hiện cho các khối còn lại. Khối bát diện cũng đã được các môn đệ của ông xây dựng thành công. Hãy để tương lai cho các khối còn lại. Hình dưới là khối bát diện của tarot.

Nguyên Lý Dự Đoán Không Gian Theo Cube of Space

Nguyên lý dự đoán dựa trên quy tắc không gian do Cube of space quy định. Từ đó có thể xác định vị trí trong không gian tùy theo lá bài. Trải bài có thể sử dụng nhiều lá bài kết hợp nhằm tìm ra vị trí cụ thể của vật hay người cần tìm.

Tóm tắt lại:

Tarot	Phương Hướng
The Fool	Từ trên xuống
The Magician	Ở trên
The Hight Priestess	Ở dưới
The Empress	Hướng Đông
The Emperor	Đông Bắc
The Hierophant	Đông Nam
The Lovers	Phía trên hướng Đông
The Chariot	Phía dưới hướng Đông
Strength	Phía trên hướng Bắc
The Hermit	Phía dưới hướng Bắc
The Wheel Of Fortune	Hướng Tây

Justice	Tây Bắc
The Hanged Man	Từ Đông sang Tây
Death	Tây Nam
Temperance	Phía trên hướng Tây
The Devil	Phía dưới hướng Tây
The Tower	Hướng Bắc
The Star	Phía trên hướng Nam
The Moon	Phía dưới hướng Nam
The Sun	Hướng Nam
Judgement	Từ Bắc vào Nam
The World	Điểm trung tâm

Do chỉ sử dụng 22 lá ẩn chính, nên hạn chế của phương pháp này là không dùng hết toàn bộ bài. Một số biến đổi sau này, chẳng hạn kết hợp với bộ ẩn phụ dạng số học để dự đoán. Theo đó:

- Từ Ace đến 10 đại diện cho đơn vị đo từ 1 đến 10 đơn vị.

- Từ Page đến King đại diện cho đơn vị đo từ

11 đến 14 đơn vị.

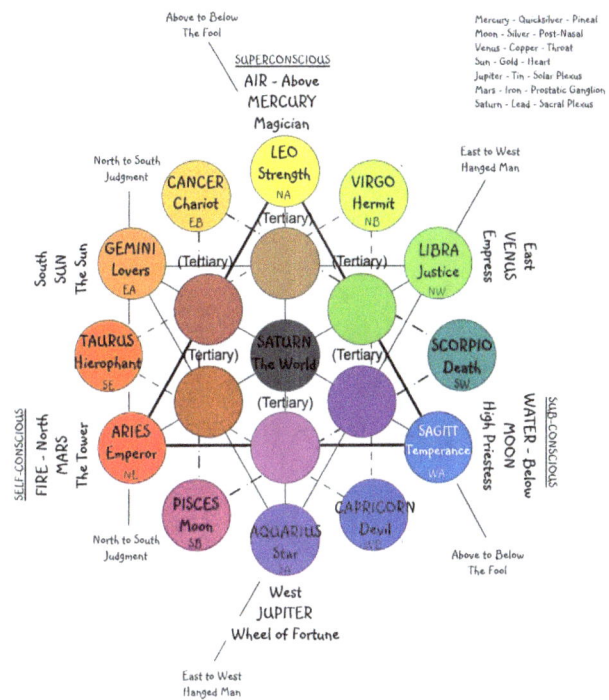

CHƯƠNG III

PHƯƠNG PHÁP HOẠT CẢNH

Nguyên Lý

Phương pháp hoạt cảnh sử dụng chủ yếu dành cho các bộ bài thuộc họ Waite, với hoạt cảnh cụ thể trong nền của lá bài. Người xem chỉ việc liên hệ hoạt cảnh đó với cảnh vật thực tế, qua đó tìm ra nơi cần phải tìm kiếm đồ vật hay nơi chốn cần biết.

Phương pháp này được sử dụng rộng rãi ở nhóm tarot Anh-Mỹ, có lẽ ra đời khoảng những năm 1960-1980 khi họ bài Waite trở nên phổ biến trên thế giới.

Cụ thể các hoạt cảnh đó trong bộ Rider Waite được mô tả bên dưới đây:

BỘ ẨN CHÍNH (MAJOR ARCANA)

0 – The Fool:

Hình ảnh mô tả chàng khờ đang bắt đầu hành trình của mình, một tay cầm bông hoa còn tay kia mang theo tay nải, đi theo chàng khờ còn có một chú chó nhỏ. Màu nền ở đây là màu vàng hợp với hình ảnh mặt trời đang tỏa chiếu

trên đầu soi sáng cho đường đi của chàng khờ. Hình ảnh xung quanh cho thấy rặng núi ở phía xa khá cao và hiểm trở, bản thân chàng khờ cũng đang ở trên đỉnh một mỏm núi và ở sát ngay bờ vực.

Hoạt cảnh: rặng núi, vách núi, núi tuyết, khu trượt tuyết, khu du lịch trên núi.

1 - The Magician:

Màu nền của lá bài là màu vàng có sự trùng khớp với lá The Fool thể hiện sự tiếp nối của hai lá bài. Bên trên và dưới của lá bài có hình ảnh vườn hoa trang trí thể hiện sự hài hòa và là khung cảnh thích hợp cho nghi thức

đang diễn ra. Phần trung tâm của lá bài thể hiện nghi thức tiếp nhận tri thức của nhân vật: trên bàn có đủ 4 yếu tố gậy, kiếm, tiền, cốc, trên đầu nhân vật có biểu tượng vô cực còn hai tay cũng hướng theo hai hướng khác nhau, thể hiện sự cân bằng.

Hoạt cảnh: nơi làm việc, bàn làm việc, sân vườn, nơi ăn uống ngoài trời, bàn làm việc ngoài trời.

2- The High Priestess

Lá bài thể hiện hình ảnh nữ thượng tế trong trang phục màu xanh đang ngồi ở một nơi có vẻ là ngôi đền trong trạng thái có vẻ như đang suy tư chiêm nghiệm. Màu sắc trang phục của nữ thượng tế màu xanh thể hiện sự dịu nhẹ, sau lưng là một tấm màn trang trí hình hoa trái cũng thể hiện một sự hài hòa. Điểm cần lưu ý trong hình ảnh của lá bài là những biểu tượng xuất hiện rất nhiều trong lá bài: biểu tượng mặt trăng ở dưới vạt áo của nữ thượng tế, chiếc vương miện của nữ thượng tế cũng rất khác biệt, hai chiếc cột đen trắng ở hai bên của nữ thượng tế cũng là hình ảnh đáng chú ý, dải băng có chữ Tora trên tay nữ thượng tế.

Hoạt cảnh: đền thờ, đình chùa, nơi tâm linh, ban thờ gia đình, nơi linh thiêng, thư viện, nơi đọc sách, phòng sách cá nhân, nhà sách, phòng đọc sách công cộng, phòng truyền thống, phòng nghi lễ, nơi lưu trữ văn thư.

3- The Empress

Hình ảnh chạng vạng kết thúc một buổi chiều bình lặng trên một khu rừng. Nữ hoàng ngồi tựa trên những chiếc gối êm ả (thể hiện rất rõ sự che chắn và bảo hộ), trong đó đáng chú ý có thấy xuất hiện biểu tượng sao Kim tượng trưng cho tính nữ ở dưới. Hình ảnh lúa mì ở dưới thể hiện cho vụ mùa bội thu cũng mang ý nghĩa của sự ổn định vững chắc. Trang phục sang trọng của nữ hoàng cũng thể hiện trạng thái quyền lực ngầm của nhân vật trong lá bài này.

Hoạt cảnh: khu rừng, cánh đồng, khu vườn cỏ, không gian nghỉ ngơi ngoài trời, khu dã ngoại, khu cắm trại.

4- The Emperor

Hình ảnh mô tả hoàng đế đang ngồi trên ngai vàng thể hiện quyền lực của mình. Vương miện, quyền trượng, áo choàng, ngai vàng đều được thể hiện rõ ràng trong lá bài chứng tỏ ông vua có vị trí vững chắc và sự ổn định được khẳng định. Biểu tượng đáng chú ý trong lá bài này là biểu tượng đầu cừu, tượng trưng cho cung Bạch Dương, biểu tượng này xuất hiện trên ngai vàng của hoàng đế thể hiện tính cách mạnh mẽ và thẳng thắn là điểm nhấn trong tinh thần của hoàng đế. Màu nền của lá bài này là màu đỏ pha vàng cũng

là màu thể hiện sự quý phái và mạnh mẽ, tô

đậm thêm tính quyền lực cho hoàng đế.

Hoạt cảnh: nơi làm việc, bàn làm việc chính thức, ghế ngồi chính thức, văn phòng cá nhân, phòng làm việc riêng, nơi nghi lễ xã hội, phòng khách tân, phòng khách sảnh, phòng đón tiếp khách.

5 - The Hierophant

Màu nền được mô tả ở đây là màu trắng thể hiện sự tinh khiết cũng như mang màu sắc trang nghiêm thần thánh. Hình ảnh nhân vật được mô tả là một đạo sĩ hay tư tế có chức vị cao và được mọi người ngưỡng vọng (có hai người đang cúi đầu trước

nhân vật). Địa vị của vị thượng tế là rất ổn: ngồi vững trên ghế, có quyền trượng, mũ miện, thể hiện một sự vững chắc. Biểu tượng cung hoàng đạo Kim Ngưu được thể hiện một cách khá ẩn so với lá trước (ở chỗ dựa ngang vai của thượng tế), thể hiện tính chất trầm tĩnh, sâu lắng.

Hoạt cảnh: nơi tôn quý, nơi thờ tự, nhà riêng của bậc thầy tâm linh, phòng tưởng niệm, phòng lưu niệm, nhà của một người thầy quá cố, nơi gắng liền kỷ niệm với một người nào đó, phòng trưng bày tưởng nhớ hay bảo tàng nhân vật.

6- The Lover

Hình ảnh lá bài mô tả cặp đôi như Adam và Eve trong kinh thánh, qua đó ta thấy lá bài này nhấn mạnh nhiều về các biểu tượng liên quan đến kinh thánh hơn các lá bài trước. Hình ảnh tổng lãnh thiên thần cũng như

mặt trời và những đám mây thể hiện sự bảo hộ của bề trên cho tình yêu của cặp nam nữ. Ngoài ra thì hình ảnh cây táo và con rắn cũng xuất hiện trong lá bài, dường như báo trước những trắc trở và tai họa sắp xảy ra như câu chuyện trong kinh thánh. Phong cảnh trong lá bài được mô tả khá hài hòa với thiên nhiên: có núi, mây, đồng bằng, cây cối, mặt trời; qua đó thể hiện được sự hài hòa trong tình yêu của người với người tạo ra ảnh hưởng tích cực đến môi trường xung quanh.

Hoạt cảnh: vườn cây ăn trái, khu vườn trên núi, khu trồng cây trên thảo nguyên, khu vực canh tác trên núi, khu trồng cây lâu năm, trung tâm môi giới hôn nhân, nơi kết hôn, phòng kết hôn, nơi tổ chức hôn lễ, nhà hôn lễ.

7 - The Chariot

Hình ảnh lá bài thể hiện một người (nhiều khả năng là tướng lĩnh) đang điều khiển một cỗ chiến xa. Điều đặc biệt là chiếc chiến xa này được kéo bởi hai nhân sư chứ không phải ngựa như các loại chiến xa thông thường.

Quang cảnh lâu đài sau lưng thể hiện sự vững chãi và tĩnh tại, cũng giống như trạng thái của hai nhân sư là tĩnh trong lá bài, , tuy nhiên màu sắc của hai con nhân sư lại đối lập nhau cho thấy sự mâu thuẫn và đối lập vẫn tiềm ẩn chờ cơ hội bộc phát ở đây. Vị tướng mang một bộ giáp màu xanh có hai mặt trăng ở hai cánh tay, trên bộ giáp và tấm vải ở đằng sau vị tướng trang trí nhiều hình ảnh các chòm sao.

Hoạt cảnh: nhà ga, bến tàu, sân bay, nơi trú đỗ phương tiện giao thông, bên trong tàu xe, bên trong máy bay, khu vực ngồi của hành khách, các chỗ trú của các phương tiện khác, các khu vực liên quan đến giao thông công cộng.

8 – Strength

Màu nền của lá bài này tiếp tục là màu vàng biểu thị cho sức mạnh, tương phản so với màu xanh của nền đồng bằng ở dưới. Hình ảnh người phụ nữ với dáng người tuy có vẻ bình thường nhưng lại đang thuần dưỡng sư tử, con sư tử thì có thái độ khá tuân phục người phụ nữ khác với bản chất của nó. Người phụ nữ đeo hoa lá quanh mình và có biểu tượng vô

cực trên đầu thể hiện sự kết hợp hài hòa giữa các yếu tố bên trong và bên ngoài cũng như sự kết hợp giữa sức mạnh và trí tuệ.

Hoạt cảnh: khu vực đồng bằng, thung lũng, bình nguyên, khu vực bằng phẳng hay được bao quanh bởi núi cao, nơi bằng phẳng rộng như sân vận động, nơi tập thể thao hoặc cánh đồng cỏ thấp, sở thú, rạp xiếc, khu chăn nuôi, nơi thuần hóa động vật, trang trại, nhà chó mèo trong nhà, nơi nuôi động vật trong nhà.

9 - The Hermit

Màu nền của các lá bài trước là màu vàng thể hiện khung cảnh tương đối sáng sủa rõ ràng, còn lá bài này lại lấy màu nền là gam màu tối. Khung cảnh xung quanh của lá bài này cũng tương đối đơn giản khi không có hình ảnh và biểu tượng gì như các lá bài trước.

Trung tâm của lá bài là hình ảnh vị ẩn sĩ với một bộ áo choàng kín kẽ, trên tay của vị ẩn sĩ lá một cây gậy, tay kia thì cầm một ngọn đèn lồng.

Hoạt cảnh: hang tối, trong hẻm tối, nơi không

có ánh sáng, hầm tối, địa đạo, hầm để xe, không gian kín gió, gác mái kín ánh sáng, nơi tối tăm, nhà tù, nơi giam giữ, gầm giường, nơi khuất tầm nhìn trong nhà.

10 - The Wheel Of Fortune

Màu nền là màu xanh với những đám mây trắng thể hiện khung cảnh như đang ở trên trời. Ở ngoài rìa là 4 hình tượng màu vàng (4 thiên thần Kerub điều khiển cỗ xe của tiên tri Ezekiel) có sự tương xứng với nhau ở hình tượng cuốn sách thể hiện cho vấn đề tri thức. Ở trung tâm của lá bài là hình tượng

bánh xe số phận được thể hiện bằng màu đỏ với

nhiều biểu tượng thiên văn tượng trưng cho các vấn đề liên quan đến số phận. Hình tượng nhân sư, con rắn cũng như hình tượng người có đầu chó xung quanh bánh xe số phận cũng là những biểu tượng cần được chú ý.

Hoạt cảnh: nơi vui chơi giải trí, khu vui chơi, khu bài bạc, nơi cờ bạc, bàn đánh cờ, khu thi đấu game thủ, nơi đặt vị trí play-station hay các đồ chơi điện tử, nơi rút thăm trúng thưởng hay khu vực diễn ra các hoạt động rút thăm hay xổ số.

11 – Justice

Hình ảnh bộ áo choàng cũng như mũ miện trên đầu thể hiện địa vị, quyền lực cũng như khả năng của nhân vật cùng với những trách nhiệm to lớn mà nhân vật cần phải thực hiện. Hình ảnh hai cây cột cũng như tấm màn màu tím căng ở sau lưng nhân vật cũng thể hiện sự cân bằng cũng như sức mạnh và sự huyền bí. Sự cân bằng là điều được nhấn mạnh nhất ở lá bài qua hình tượng thanh gươm và cái cân được thể hiện: thanh gươm được cầm hướng lên còn cái cân được cầm hướng  xuống thể hiện sự đối xứng trên – dưới, ngoài ra bản thân thanh gươm và cái cân cũng đã biểu thị cho sự cân bằng của sức mạnh và quyền lực.

Hoạt cảnh: tòa án, viện kiểm sát, nơi hòa giải, nơi họp gia đình, nơi trừng phạt trong xã hội như nhà ngục, nơi phạt trong trường học, phòng giám thị, nơi ở của người đóng vai trò phán xét, tòa báo.

12 - The Hanged Man

Hình tượng trung tâm của lá bài thể hiện hình ảnh người bị treo ngược, hiển nhiên hàm chứa những vấn đề nan giải. Ta thấy áo của nhân vật màu xanh còn quần thì màu đỏ, qua đó cũng hàm chứa những sự mâu thuẫn đối lập. Tuy nhiên điểm đáng chú ý nhất  là ở đây dường như nhân vật chủ động treo mình lên như để có được điều kiện thuận lợi nhất để suy nghĩ, điều này được thể hiện qua quầng sáng quanh đầu nhân vật như để thể hiện nhân vật đã hiểu ra được chuyện gì đó.

Hoạt cảnh: khu rừng già, nơi nguy hiểm, nơi

chứa dụng cụ sắt nhọn, nhà tù hay nơi giam giữ, nơi chiến sự hay trong các công trình đang thi công chưa hoàn thành, rạp xiếc, nơi đu dây, khu vui chơi các trò chơi mạo hiểm.

13 – Death

Điểm đặc biệt ở đây là kỵ sĩ này là một bộ xương, hình ảnh bộ xương cưỡi ngựa, một vật tượng trưng cho cái chết điều khiển một vật sống là điểm nhấn quan trọng nhất trong lá bài. Hình ảnh lá cờ đen cũng như đầu lâu xương chéo trên dây cương và hình người nằm chết dưới đất cũng thể hiện rõ sự chết chóc là thứ chiếm ưu thế trong lá bài này. Tuy vậy phía xa chân trời mặt trời đang bắt đầu mọc lên, và những người đang đứng trước kỵ sĩ như là chào đón thể hiện một phần nào đó của một khởi đầu mới.

Hoạt cảnh: nhà xác, nơi tử tù, nơi thi hành án tử, các khu giết mổ động vật, nơi có nhiều máu tanh hoặc diễn ra các hoạt động giết chóc, khu bếp nấu hay các vị trí lò mổ, nơi đặt bẫy giết động vật, hay nơi chứa dụng cụ đồ tể hoặc sát thương, kho vũ khí, kho dụng cụ săn bắt, nơi diễn ra hoạt động săn bắt.

14 – Temperance

Ở lá này màu nền chủ đạo là màu xanh thể hiện sự tươi sáng trở lại sau quá trình lột xác ở lá Death. Hình ảnh thiên thần cầm hai cốc nước chia đều qua lại cho thấy sự cân bằng chính là yếu tố chính được đề cập trong lá bài này. Ngoài ra còn có các hình ảnh đáng chú ý như hình con đường đi từ mặt nước đến dãy núi xa xa nơi có vương miện tỏa sáng hay hình những bông hoa gần mặt nước hoặc hình tượng quầng sáng nơi đầu của thiên thần.

Hoạt cảnh: khu ao hồ sông suối, nơi du lịch liên quan đến sông suối, khu nghĩ dưỡng có bờ sông hay biển, khu hồ bơi, khu trồng hoa lan hay các loại hoa thân thảo, khu đồng quê, khu nghỉ dưỡng (resort), khu pha chế rượu, quầy bar hay quán café, nơi pha chế thức uống có cồn.

15 - The Devil

Màu nền của lá bài này là màu đen, ánh sáng duy nhất là từ ngọn lửa trong tay quỷ thần, hình tượng quỷ thần với một tay đưa lên còn một tay đưa xuống cũng là một biểu tượng đối xứng cần được chú ý ở lá bài này. Sự ràng buộc của hai con người (Adam và Eve) với quỷ thần cũng là điều được thể hiện khá rõ ở

đây. Ngoài ra có thể thấy biểu tượng đồng tiền 5 cánh của quỷ cũng như biểu tượng của cung Ma Kết (dê có sừng) được thể hiện.

Hoạt cảnh: nơi hoạt động tình dục, nơi làm tình, khu nhà thổ, nơi diễn ra buôn bán dâm, phòng chứa tài sản bất hợp pháp, các khu vui chơi hưởng lạc hay liên quan tình dục.

16 - The Tower

Tia sét đánh thẳng vào tòa tháp cap chọc trời khiến hai con người bị hất văng xuống dưới. Hình ảnh tòa tháp bốc cháy và sụp đổ biểu thị rất rõ ràng cho sự hư hại và mất mát. Ngoài ra chiếc vương miện bị văng ra khỏi tòa tháp

cũng như hình ảnh hai người rơi khỏi tòa tháp theo hai hướng khác nhau cũng là hình tượng được vẽ cẩn thận ẩn chứa những biểu tượng cần giải đoán. Những đốm lửa bay trong bầu trời đêm ở trong lá bài cũng là những hình ảnh cần được lưu ý.

Hoạt cảnh: tòa nhà chọc trời, lầu cao, các tháp cao, nhà cao tầng, vị trí trên cao trong nhà, gác mái, tầng thượng, rooptop, vị trí cầu thang hay bậc cầu thang, nơi ly hôn, phòng chia tài sản, nơi diễn ra tai nạn lao động, tai nạn về thi công hay tai nạn điện.

17 - The Star

Lá bài mô tả hình thiếu nữ khỏa thân đổ nước ở cả hai bình ra là biểu tượng của cung Bảo Bình. Hình ảnh hai bình nước được đổ ra một lớn một nhỏ nhưng đều có sự phân bố hợp lý chứng tỏ hàm ý của lá bài này

nói nhiều đến sự điều hòa hợp lý. Nền trời với các vì tinh tú được thể hiện rõ cũng là nét đặc trưng của lá bài này, ta thấy có 7 sao trắng và một sao lớn ở giữa màu vàng. Nền đất ở dưới có 10 bông hoa, một cây lớn ở phía sau và trên cây có một con chim cũng là những nét vẽ ẩn chứa nhiều biểu tượng.

Hoạt cảnh: khu sông hồ hay các con lạch nhỏ, đảo nhỏ, hay khu vực giữa hồ hay giữa sông, khu thủy điện, nhà hàng nổi hay các công trình nổi trên mặt nước, khu dân cư cặp theo bờ sông hay bờ hồ, rừng ngập mặn, khu sinh thái biển hay hồ, khu bảo tồn hoang dã, các khu nuôi trồng thủy sản, khu vực phòng tắm hay sàn rửa ở trong nhà, khu tích nước dự trữ trong gia đình.

17 - The Moon

Lá bài này thể hiện hình ảnh các con thú đang ngước lên mặt trăng. Mặt trăng ở đây được mô tả có hình người thể hiện một sự mê hoặc và huyền ảo, các vệt sáng trên bầu trời đêm càng làm tăng thêm ấn tượng về sự huyền bí đó.

Hình ảnh con đường khúc khuỷu đi từ mặt nước ra xa dần nơi có núi non mờ ảo và hai tòa tháp lớn ở hai bên cũng thể hiện sự bất định ở con đường phía trước. Hình ảnh 3 con thú đều tập trung lại và ngước lên mặt trăng

thể hiện sự hấp dẫn cũng như khát vọng mãnh liệt của mỗi con thú khi ngước lên cao.

Hoạt cảnh: khu bảo tồn động vật, tháp canh gác, nơi trưng bày sưu tập hay đam mê, nơi ngắm sao hay ngoại cảnh trong gia đình, ban công hay gác vọng,

19 - The Sun

Hình ảnh mặt trời rực rỡ thể hiện một ánh sáng

khác nhiều so với ánh sáng mà mặt trăng thể hiện ở lá bài trước. Mặt trời ở đây cũng được thể hiện qua hình dạng mặt người nhưng là khuôn mặt đầy đủ nghiêm trang chứ không chỉ có nửa mặt như ở lá mặt trăng.

Hình ảnh các tia sáng, hoa hướng dương là yếu tố làm nổi bật thêm sức ảnh hưởng của mặt trời lên mọi vật xung quanh nó. Hình ảnh đáng chú ý cuối cùng là đứa trẻ khỏa thân cưỡi ngựa trắng cầm lá cờ đỏ.

Hoạt cảnh: nơi vui chơi trẻ em, khu để đồ chơi trong gia đình, phòng em bé hay trẻ nhỏ, nhà mẫu giáo, khu vui chơi trẻ em, khu nhà giữ trẻ, trại hè trẻ em, khu giáo dưỡng trẻ em.

20 – Judgement

Lá bài này dường như thể hiện hình ảnh ngày tận thế của Thiên Chúa giáo. Ta thấy hình ảnh những linh hồn bật nắp quan tài dậy chào đón sự phán xét cuối cùng. Hình ảnh đáng chú ý nhất ở đây là hình ảnh những người chờ mong sự phán xét và thiên thần thổi kèn báo hiệu. Thiên thần thổi kèn báo hiệu ở đây ngự trên mây, thổi một chiếc kèn màu vàng có gắn một lá cờ trắng trên đó có biểu tượng thánh giá đỏ. Ở bên dưới thì màu xanh là chủ đạo: các quan tài đều trôi trên mặt nước màu xanh, các con người cũng được thể hiện bằng màu xanh và ngọn núi phía xa cũng màu xanh.

Hoạt cảnh: nghĩa địa, khu nghĩa trang, nơi chôn cất người quá cố, trang thờ tổ tiên, nơi thờ các vụ tai nạn, nơi diễn ra các vụ tự tử, nơi xuất hiện các linh hồn, nơi diễn ra các buổi lễ cầu hồn hay cầu siêu, nơi tưởng niệm nạn nhân, khu tưởng niệm liệt sĩ, nơi diễn ra các hoạt động thờ cúng hay gọi hồn.

21 - The World

Lá bài có màu nền là xanh và các đám mây trắng thể hiện màu sắc của trời, như là sự bao quát tổng thể. Ở 4 góc có hình đầu của 4 sinh vật tượng trưng cho 4 thành phần cấu tạo nên vũ trụ. Ở giữa lá bài là một vòng hoa lớn có

hình tượng một số 0 lớn, tương ứng với lá bài The Fool có số là 0, như vậy chứng tỏ đây là cặp bài khởi đầu – kết thúc của hành trình. Hình người khỏa thân ở giữa vòng tròn cũng là hình tượng cần giải đoán và hàm chứa ý nghĩa tiềm ẩn nhất.

Hoạt cảnh: ngoài không gian, khu vực cấm, khu vực xa xôi, hẻo lánh, ở khắp nơi, nơi không dự đoán được, khu vực bị kiểm soát khỏi chính quyền, khu vực bị cấm lai vãng.

ẨN PHỤ (MINOR ARCANA) – BỘ GẬY (WAND SUIT)

Ace Of Wands

Hình ảnh thể hiện một cánh tay từ trong đám mây thò ra và cầm cây gậy. Cây gậy này to và chiếm vị trí trung tâm của lá bài, trên đó có nhiều chồi non đang nảy nở. Hình ảnh bàn tay phát sáng cho thấy hình tượng thần bí  quyền năng và thể hiện hình ảnh ban phước lành. Nền của lá bài là màu xanh – trắng khá bình ổn, dưới đất là hình đồng bằng có một con sông chảy qua và xa xa có một lâu đài nằm trên núi.

Hoạt cảnh: khu đồng bằng có nhiều cây cối xanh tốt, có nhiều mây phủ, khu vực cánh đồng hay thung lũng trù phú xanh tốt. Khu vườn hay khu trồng cây trong nhà.

Two Of Wands

Hình ảnh thể hiện một vị vua đang đứng trên thành của mình, một tay ông cầm cây gậy, tay còn lại đang nhìn vào quả cầu phản chiếu hình ảnh đất đai mình sở hữu. Sau lưng ông vua có một cây gậy còn lại được cắm vững, trên thành còn có biểu tượng hai loại hoa có màu đỏ và trắng đan xen với nhau. Ở bên ngoài thành có đầy đủ hình ảnh của núi, sông, đồng bằng, rừng cây thể hiện ngầm quyền lực của ông vua qua vùng lãnh thổ rộng lớn mà ông ta cai quản.

Hoạt cảnh: thị trấn hay thị tứ xầm uất, có nhiều di tích cổ hay pháo đài, nơi thôn dã nhưng ở trung tâm của trấn, khu đô thị nhiều đền đài. Ở tầng thượng không mái che, ban công của căn nhà.

Three Of Wands

Hình ảnh 3 cây gậy được xếp rất cân xứng: hai cây cắm ở sau lưng và nằm về hai phía của vua, cây gậy còn lại được vua cầm trong tay. Mặt đất nơi vị vua đứng có đường nét như là bản đồ, dường như là sự liên kết với hình ảnh quả cầu phản chiếu bản đồ. Vị vua đứng nhìn các con thuyền đi trên sông, trên lãnh thổ mà mình đang kiểm soát, hai con thuyền bên phải và một con thuyền bên trái tương xứng với số gậy bên phải và bên trái của vua.

Hoạt cảnh: cửa sông, bờ biển, bến đậu neo tàu thuyền, khu vực cửa biển hoặc ở trên đảo, ga hay bến tàu thủy vận chuyển hành khách. Vị trí có tiểu cảnh hồ phong thủy trong khu vực nhà ở.

Four Of Wands

Hình ảnh 4 cây gậy được xếp đều ở hai phía, ở trên có kết hoa như để làm thành một cổng chào, hàm ý chúc mừng cho thắng lợi và vinh quang của nhà vua khi ông trở về. Tòa lâu đài ở hình này được miêu tả to lớn và rộng rãi hơn nhiều, ở vị trí bao quát hết phía sau như một sự che chở vững chắc cho những người trong hình. Hình ảnh còn cho thấy một số người đang ngồi nghỉ ngơi ở góc trái bình an và thư giãn.

Hoạt cảnh: khu vực lễ hội hay quảng trường, khu vực xây dựng nơi chứa người dự lễ đông đúc, chẳng hạn như sân bãi phía trước dinh thự hay khu du lịch, phòng nhảy hay phòng yến tiệc hay các phòng to hội trường có chức năng tổ chức lễ hội.

Five Of Wands

Hình ảnh mô tả 5 người, mỗi người cầm một cây gậy trong tay trên bình nguyên, dường như 5 người đang tìm cách để ghép 5 cây gậy thành hình đồng tiền 5 cánh, tuy nhiên dù có đông người và tất cả đều khá nỗ lực nhưng họ không thể ghép thành công đồng tiền như mong muốn. Thậm chí có thể thấy giữa 5 người không đơn giản chỉ là sự không hiểu ý mà sự

bất đồng và mâu thuẫn còn khá cao, gần như là một cuộc xung đột. Điều này có thể được nhìn thấy qua trang phục khác biệt của cả 5 người cũng như trạng thái cầm gậy của mỗi người: 3 cây dọc, hai cây ngang, 3 cây hướng về bên phải, hai cây thiên về bên trái.

Hoạt cảnh: khu đất trống không cây cỏ, khu canh tác khô cằn sỏi đá, hay khu công nghiệp không có cây xanh, khu đất bỏ hoang, bãi đỗ xe hay bãi đất trống không canh tác, khu nhà ở vắng vẻ hay ít người lui tới, khu đất dư thừa không dùng bỏ hoang trong gia đình.

Six Of Wands

Hình ảnh thể hiện rất rõ khung cảnh khải hoàn khi nhà vua thắng lợi trở về diễu hành trên đường phố. Năm cây gậy đều ngay hàng thẳng lối thể hiện sự thống nhất và tất cả đều ở dưới cây gậy của vị vua. Vị vua được

thể hiện với áo bào, vòng nguyệt quế, cưỡi ngựa trắng và mang gậy trở về thể hiện những vinh quang giành được, quyền lực và sự ủng hộ của mọi người xung quanh.

Hoạt cảnh: quảng trường, đại lộ lớn hay những khu công cộng to lớn để tổ chức các hoạt động công cộng hay hành chính, sân bãi khu vực hành chính trọng yếu hoặc các khu vực thuộc hành chính để hội họp, hay tổ chức những buổi lễ long trọng như khách sảnh hay nhà tiếp đón.

Seven Of Wands

Hình ảnh tiêu biểu của lá bài thường là một người đàn ông cầm gậy chống lại 6 gậy của người khác. Hình ảnh 6 gậy đôi khi không có người cụ thể mà đôi khi chỉ thấy hình ảnh 6 gậy tượng trưng. Người đàn ông đánh trả quyết liệt với vẻ mặt cương quyết cương quyết. Vị trí của người đàn ông trên đồi hay đôi khi được vẽ trên mỏm đá ở vị trí trên cao, và đắc địa.

Hoạt cảnh: mỏm đất cao nhô lên khỏi mặt đất, có thể là quả núi hay đồi nơi đồng bằng hoặc một dinh thự pháo đài giữa cánh đồng, công sự hoặc công trình độc lập nằm giữa vùng xây dựng thấp hơn. Trong nhà, nó thường là các vị trí cao điểm của không gian gia đình.

Eight Of Wands

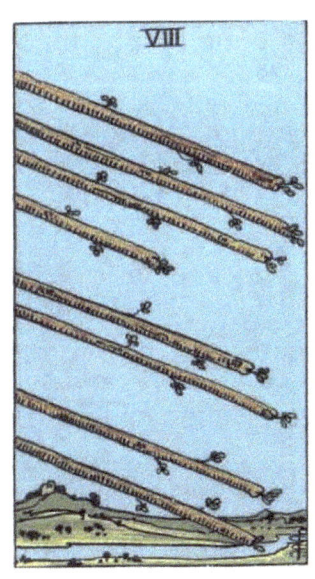

Lá bài mô tả hình ảnh tám cây gậy đang bay trên bầu trời một cách tự do, với tốc độ rất nhanh không gì cản phá được. Trên thân của những cây gậy có những cành lá và chồi, đại biểu cho sự phát triển, sự sống. Bầu trời màu xanh biển đại diện cho những yếu tố thuận lợi do số phận đưa lại. Dòng sông chảy ngang qua cánh đồng, đại diện cho sự luân chuyển, những ngọn đồi xa xa màu xanh tươi đại diện cho những thành quả về vật chất.

Hoạt cảnh: bãi đất trống có nước chảy ngang, nơi có nhiều vật dụng chất đống, kho chứa hàng hóa to hay kho bãi công xưởng có nhiều vật sắt nhọn, các khu đất trống bỏ hoang chứa nhiều vật dụng bỏ đi; khu đất trống của gia đình.

Nine Of Wands

Lá bài này thể hiện hình ảnh chiến binh đang đứng canh gác. Người chiến binh ở đây có dải băng trên đầu, dường như anh ta đã bị thương trong cuộc chiến. Tuy vậy anh ta vẫn không dám lơi là: tư thế nắm chặt gậy bằng hai tay cũng như trạng thái liếc nhìn ra sau lưng thể hiện sự đề phòng chặt chẽ những biến cố có thể xảy ra. Người chiến binh sẵn sàng chiến đấu bất kỳ lúc nào, sau lưng là một hàng rào gậy được bố trí cẩn thận.

Hoạt cảnh: khu vực quân sự hay khu vực có bảo vệ cẩn mật, khu vực được canh gác, nghiêm cấm lui tới hay các khu bảo mật, an ninh; nơi có tường rào hoặc che chắn kỹ lưỡng; khu đất vườn được rào chắn của gia đình.

Ten Of Wands

Hình ảnh mô tả nhân vật gặp khó khăn trong việc mang những cây gậy trở về, tất cả 10 cây gậy đều ở trong tay chàng trai nhưng chính vì thế đã gây khó khăn với sức của một mình chàng ta. Ngôi nhà được thể hiện trong hình còn nằm ở khá xa và đường đi thì trống trải cho thấy chàng trai không có sự trợ giúp nào khác và phải tự mình tiếp tục hành trình.

Hoạt cảnh: thành phố tấp nập đông đúc, thành thị hay thị trấn đông người qua lại, nơi đông đúc cư dân, nơi có nhiều công trình, vật thể xây dựng chồng chéo, ngăn tầm mắt; các ngách ngõ hẻm hẹp chằng chịt trong thành phố; các ngách khuất của căn nhà.

Page Of Wands

Lá bài miêu tả một người đàn ông mặc quần áo chỉnh tề, có chút sang trọng. Anh ta đứng trên một vùng đất đầy cát và có vài đùn cát nhô lên ở xa. Xung quanh là bầu trời trong xanh, với màu xanh của hi vọng, kèm theo  màu sắc của áo người đàn ông là màu vàng, nổi bật giữa nền trời. Trên áo có những hoa văn Salamander -thằn lằn lửa (được xem là loại bò sát sống gần khu vực có nhiệt độ cao, chẳng hạn miệng núi lửa). Ngoài ra, chiếc nón màu xám được điểm một chiếc lông vũ đỏ, có thể bay theo hướng của gió. Người đàn ông cầm một cây gậy cao hơn đầu, và ánh mắt của người đàn ông chăm chú quan sát thật kĩ như đang đo đạc thứ gì đó.

Hoạt cảnh: khu vực cao nguyên không cây cối, nơi đất đỏ bazan, nơi không có cây cỏ mọc; khu núi đất không cây cối, lởm chởm; khu đất bị nhiễm nhôm sắt nặng có màu đất đỏ vàng cam; khu vực trống nóng bức ít dùng trong căn nhà.

Knight Of Wands

Lá bài miêu tả một người kị sĩ đang ngồi trên lưng ngựa, anh ta mặc chiếc áo giống như chiếc áo của chàng trai ở lá Page. Chú ngựa đang nâng cao hai chân trước của nó như đầy sức sống và sẽ lao đi bất cứ lúc nào. Chàng kị sĩ cầm gậy trong tư thế cầm thương chuẩn

bị tham gia trận chiến, trên đầu anh ta có một chùm lông vũ đỏ rực như mào gà. Ở phía xa là hình ảnh 3 kim tự tháp bằng cát sừng sững. Phông nền khá đơn giản: chỉ là một màu của bầu trời trong xanh không có một gợn mây nào, thể hiện một khung cảnh thích hợp cho trận chiến.

Hoạt cảnh: vùng sa mạc hay hoang mạc, không cây cối, vùng đất chỉ có cát sỏi khô cằn, không thể canh tác được; khu phế tích không còn hoạt động nữa; vùng đất khí hậu nóng khô; khu vực nóng khô trống trải trong căn nhà.

Queen Of Wands

Hình ảnh của lá bài thể hiện vị nữ hoàng đang ngồi vững vàng trên ngai của mình. Nữ hoàng mặc áo màu vàng có khoác thêm áo choàng, đầu đội mũ miện. Điều đáng chú ý là ánh mắt nữ hoàng hướng về bông hoa hướng dương bên tay trái chứ không hướng về cây gậy bên tay phải. Hoa hướng dương còn xuất hiện ở biểu tượng trên vai và trên đầu của nữ hoàng thể hiện chủ đích nhắm vào biểu tượng này của người vẽ. Ngoài ra còn có các biểu tượng đáng  chú ý khác như con mèo đen dưới chân nữ hoàng, các cồn cát hình kim tự tháp ở xa xa, các hình tượng thú ở hai tay của ngai cũng như trong các biểu tượng trên đầu nữ hoàng.

Hoạt cảnh: khu vực đền đài giữa miền đất trống không người, không có cây cối, phế tích căn cỗi có nhiều nắng; khu vực hứng nắng nóng của căn nhà.

King Of Wands

Hình ảnh mô tả vị hoàng đế đầy quyền lực đang ngồi trên ngai vàng. Vị hoàng đế mặc áo màu đỏ, khoác áo choàng có hình salamander như ở các lá trước, đầu đội vương miện và tay cầm gậy. Trên chiếc ngai cũng  có trang trí nhiều biểu tượng như hình các con thằn lằn cắn đuôi mình hay hình các con sư tử. Một con thằn lằn cũng bò ở dưới bệ của ngai vàng, khuất khỏi ánh nhìn của vị hoàng đế. Nhìn chung vị hoàng đế tập trung vào cây gậy của mình – một cây gậy vững chắc thể hiện một sự chắc chắn rất cao.

Hoạt cảnh: khu vực trống trải có nhiều bùn lầy, sình đất, ẩm thấp; vùng đất không có cây cối hay hoa lợi, có nhiều động vật bò sát sinh sống trên và dưới mặt đất, khu vực trống ẩm thấp nhiều bò sát ruồi nhặng ở căn nhà.

ẨN PHỤ (MINOR ARCANA) – BỘ CỐC (CUP SUIT)

Ace Of Cup

Lá bài thể hiện hình ảnh một bàn tay của thiên thần từ trong mây đưa ra đang nâng lấy cái cúp. Con chim bồ câu đang ngậm đồng xu có hình chữ thập hướng xuống chiếc cốc. Từ trong cốc có năm dòng nước chảy ngược ra ngoài. Hình ảnh mặt hồ bên dưới với các bông hoa đang nở Bên dưới là hồ nước với hoa sen đang nở. Lá bài đại diện cho sự khởi đầu của tình cảm, cảm xúc.

Hoạt cảnh: ao sen hoặc hồ sen, cánh đồng ngập nước hay vùng đầm lầy có sen hoặc súng; khu ao cá hay hồ nuôi thủy sản có trồng cây thủy canh; hồ hay chậu nước phong thủy trước nhà; tiểu cảnh có nước hay non bộ trong vườn nhà.

Two Of Cups

Ở đây thể hiện hình ảnh một đôi tình nhân đang trao cốc của mình cho nhau. Lá bài còn thể hiện hình ảnh đầu sư tử có cánh và hình tượng hai con rắn cùng quấn quanh cây gậy của thần Hermes, hai hình ảnh này bay lên từ  sự kết hợp giữa nam và nữ. Treo lờ lửng giữa không trung là cây trượng có hai con rắn của thần Hermes (Caduceus of Hermes), song ở giữa lại là một cái đầu của con sư tử màu đỏ có hai cánh. Đằng xa là ngôi nhà ẩn khuất sau những hàng cây xanh tươi. Hình ảnh con sư tử nằm trên cây gậy đôi khi còn gợi đến hình ảnh của vị thánh Aion. Ngoài ra ở phía xa xa còn có hình ảnh ngọn đồi xanh và một ngôi nhà nhỏ, một hình ảnh thể hiện ẩn ý khá rõ về chủ đề tình yêu.

Hoạt cảnh: khu đất trống giữa cánh đồng hay thảo nguyên; nơi tổ chức gặp gỡ hay các lễ hội tình yêu, nơi tổ chức hôn lễ nơi thôn dã, khu gặp gỡ hẹn hò ở các khu du lịch hay phong cảnh đẹp.

Three Of Cups

Hình ảnh ở đây có 3 người và tất cả đều đang nâng cốc chúc mừng nhau. Hình ảnh 3 chiếc cốc được giơ cao cũng như các loại hoa quả trên mặt đất đều thể hiện đây là một buổi tiệc to lớn. Tư thế đứng và cách cầm cốc xen kẽ nhưng khá đối xứng của 3 người phụ nữ cũng là hình ảnh ẩn chứa những biểu tượng cần giải đoán của lá bài.

Hoạt cảnh: tụ điểm tụ tập ăn uống tán gẫu, quán café hay phòng trà tụ hợp nói chuyện, nơi tổ chức lễ hội có bia rượu, quán ăn hay quán nhậu có thức uống cồn; nơi hộp đêm, phòng nhảy, vũ trường hay các nơi sinh hoạt có phục vụ rượu bia; quầy bar gia đình hay phòng karaoke gia đình.

Four of cups

Lá bài thường miêu tả hình ảnh một chàng trai trẻ đang ngồi tựa vào gốc cây lớn giữa rừng trên triền đồi với trạng thái ngồi suy ngẫm. Hai tay chàng khoanh lại, trước mặt là một bàn tay từ trong đám mây đang đưa lại

cho chàng một chiếc cúp. Xa hơn một chút, là ba chiếc cúp đang xếp thành hàng. Khung cảnh xung quanh thể hiện 3 chiếc cốc đang ở trước mặt người đàn ông và một bàn tay từ đám mây đang đưa thêm chiếc cốc thứ 4 cho anh ta.

Hoạt cảnh: khu rừng có quản lý, khu vực có cây cối cao to hay khu du lịch sinh thái; nơi tu tập thiền hay các khu nghĩ dưỡng tĩnh tâm; khu vườn ăn quả của gia đình hay khu trồng cây trái thu hoạch công cộng.

Five Of Cups

Lá bài thường một khung cảnh u ám, có người đàn ông đang che khuất gần hết mặt mình trong tấm áo choàng màu đen. Bên dưới chân người này là ba chiếc cúp đã đổ, chỉ còn lại hai chiếc. Trước mặt ông là một con sông ngăn cách ông với tòa lâu đài phía trước. Con cầu bắt ngang dòng sông tượng trưng cho lối thoát cho những đau khổ của người đàn ông để bắt đầu tiếp chặn đường.

Hoạt cảnh: khu du lịch hay phế tích hay công trường đang bị bỏ hoang, có dòng nước khơi ngang; khu công nghiệp hay thị trấn thị tứ gần sông ngòi nhỏ, lạch nhỏ.

Six Of Cups

Hình ảnh tiêu biểu của lá bài thường là hình ảnh bé gái quay mặt về phía phải, trong một khu vườn cũ, đầy hồi ức. Các cốc được xếp đầy hoa đẹp như những hồi niệm đẹp của quá khứ. Hình ảnh trong lá bài cho thấy hai đứa trẻ

đang trao cho nhau những chiếc cốc đựng đầy hoa trái. Qua đó ta thấy được sự an bình và vui vẻ của tuổi thơ. Hình ảnh ngôi nhà sau lưng hai đứa trẻ cho ta thấy một chỗ dựa vững chắc, một sự an ủi và điểm tựa về mặt tinh thần.

Hoạt cảnh: khu làng nông thôn, khu dân cư nông thôn, nơi kỷ niệm từ bé, căn nhà kỷ niệm, nơi gắng bó thời ấu thơ, phòng chứa kỷ niệm cũ trong nhà, phòng chứa đồ vật từ tấm bé.

Seven Of Cups

Hình ảnh thể hiện một người đang chăm chú nhìn vào những hình ảnh xuất hiện trên 7 chiếc cốc. Các hình ảnh được thể hiện là: Đầu của thiếu nữ, hình nhân phủ, con rắn, lâu đài, bảo ngọc, vòng hoa và hình xương sọ,

con rồng cánh. Các chiếc cốc này được thể hiện trong một làn mây phối hợp với hình ảnh đen sau lưng người đàn ông cho thấy một khung cảnh khá mờ ảo, không thực. Chúng có thể đại diện cho thành công, danh vọng, sự hiểm độc, giả trá, nguy hiểm ..v.v. Và quan trọng hơn, người đàn ông vẫn chưa rõ phía sau những chiếc cốc là điều gì đang chờ đợi vì có một màn sương mù đang che khuất mọi thứ.

Hoạt cảnh: nơi phủ sương, nơi có sương hay mây mù giăng, nơi âm u không nhìn rõ đường đi, nơi mờ ảo không nhìn rõ như vũ trường, nơi đông người lễ hội hoặc các khu vực đông dân cư đang xây dựng đầy khói bụi.

Eight Of Cups

Hình ảnh một người đàn ông chán nản, thối lui từ bỏ tám chiếc cốc đang ở sau lưng mình để tiến về phía sa mạc và núi. Hình ảnh thể hiện 8 chiếc cốc được xếp chồng lên nhau một cách ngay ngắn. Tuy nhiên nhân vật là người đàn ông lại đang quay lưng lại các chiếc cốc và bỏ đi, có vẻ như ở đây người đàn ông khá quyết tâm bỏ đi vì đã chuẩn bị áo khoác đi đường và gậy mặc dù đường đi khá khó khăn với hình ảnh núi non gập ghềnh được thể hiện. Hình ảnh mặt trăng được thể hiện với khuôn mặt người buồn bã.

Hoạt cảnh: khu đầm lầy hay có nhiều sông lạch chằng chịt; khu vực có nhiều khoảng nước nông nối kết nhau; khu vực hòn non bộ trong nhà; khu vực hiểm trở hay các khu du lịch hiểm trở.

Nine Of Cups

Lá bài một tả hình ảnh một người đàn ông béo

tốt đang ngồi khoan tay trên một cái ghế gỗ hình chữ nhật trong căn nhà của chính mình. Sau lưng ông là một cái bàn lớn hình bán nguyệt được phủ bởi một tấm vải màu xanh thẫm. Trên đó là những chiếc cốc lớn. Trang phục của ông cho thấy đây là một người thành công, hạnh phúc, sung túc. Chiếc nón màu đỏ tượng trưng dục vọng, tham lam đang tiềm tàng bên trong của người đàn ông này. Chín chiếc cốc, nằm sau lưng ông ta nhưng ông ta xoay lưng lại, và không hề chọn lựa bất cứ chiếc nào.

Hoạt cảnh: trong phòng khách nơi trang trí nhiều đồ quý, kho báu, kho tiền hay nơi chứa tài sản; nhà băng, kho bạc hay các kho tài sản lớn; két tiền hay tủ tiền trong gia đình.

Ten Of Cups

Lá bài được diễn tả bằng nhiều màu sắc tươi sáng. Trong đó có hình ảnh một đôi vợ chồng đang ôm nhau cùng nhìn ngắm về phía trước. Bên cạnh là hình ảnh một đôi trẻ nhỏ còn mải mê nhảy múa vui chơi. Đằng xa

xa là ngôi nhà, tượng trưng cho những thành quả, những đứa trẻ đại diện cho lời thề nguyện. Hình ảnh thể hiện một gia đình hạnh phúc với hình ảnh hai đứa con đang vui chơi còn hai vợ chồng đang khoác tay nhau hướng lên trời. Các chiếc cốc ở đây được thể hiện theo hình vòng cung như lá trước nhưng nằm ở trên trời và ẩn mình trong cầu vồng.

Hoạt cảnh: khu làng hay thành phố nhỏ, thành phố đang trú ngụ, nơi hạnh phúc gia đình, nơi dã ngoại hay picnic, nơi tụ họp gia đình, nơi nhiều kỷ niệm hạnh phúc gia đình, phòng ăn hay phòng khách nơi tụ họp gia đình trong nhà.

Page Of Cups

Lá bài miêu tả một đàn ông khoác trên mình chiếc áo xanh dương với những cánh sen đang vương lên trong nước, khăn trùm đầu cũng trùng màu với áo. Anh ta đứng trên bờ biển, mặt biển phía sau anh ta dao động với

những gợn sóng. Trên tay anh ta lúc này cầm một cái cốc đựng một con cá như vừa bắt lên từ vùng biển phía sau. Nét mặt anh ta đầy vẻ kiêu ngạo với chiến lợi phẩm của mình, dáng bộ cũng không nghiêm chỉnh với niềm tin rằng con cá sẽ không bao giờ rơi ra. Phông nền trong hình ảnh cũng là màu xanh biển thể hiện màu sắc chủ đạo của lá bài.

Hoạt cảnh: bờ biển, bờ sông; kè bờ biển hay sông; trên xà lan hay các tàu thủy lớn có kè hay lan can; các du thuyền, tàu thủy vận tải người, các phà, cầu cảng hay các công trình biển như bong-ke biển, kè sông hay biển của biệt thự hay dinh thự.

Knight Of Cups

Lá bài thể hiện một người kị sĩ cưỡi trên một con ngựa trắng, mặc một bộ giáp sắt, khoác tấm áo choàng có kèm những chi tiết là những chú cá đỏ đang bơi. Trên đỉnh đầu và chân có những đính những đôi cánh như của thần Hermes. Con ngựa đang dừng lại trước một sông nhỏ đang chảy có vẻ khá quanh co và gợn sóng, điều đáng chú ý là trên dây  cương của ngựa cũng có hình dòng sông được mô tả giống như vậy. Chàng kỵ sĩ đang cầm chiếc cốc dường như đang tính toán xem nên làm gì để vượt qua những trở ngại trước mặt. Đằng sau con sông còn một dãy núi khá cao và hiểm trở ẩn chứa nhiều nguy hiểm, ở xa xa vẫn có hình tượng các kim tự tháp bằng cát. Xa xa hơn nữa, là những đồi núi trập trùng tiếp nối nhau, tất cả chúng đều có màu đỏ thẫm.

Hoạt cảnh: khu vực hạ lưu sông hay đồng bằng tạo từ sông lớn, khu đất trù phú do bồi đắp của sông; khu đồng bằng màu mỡ; khu canh tác ở dòng sông; nhà cửa gần bến nước.

Queen Of Cups

Lá bài thể hiện một hình ảnh nữ hoàng khá khác lạ. Vị nữ hoàng trong lá bài này ngồi trên ngai vàng ngay sát mép nước, chân đạp trên những viên sỏi nhiều màu sắc. Nữ hoàng mặc áo màu trắng, khoác áo choàng  màu xanh biển và đội vương miện màu vàng. Hình ảnh chiếc ngai cũng được thể hiện với các biểu tượng gợn sóng cũng như các tiểu tiên cá được trang trí trên ngai. Hình tượng mặt nước với những gợn sóng nhẹ rất phù hợp với bầu trời trong xanh, ngoài ra xa xa còn có một mỏm đất cao như một hàng rào tự nhiên sau lưng nữ hoàng. Dưới chân bà, là những viên đá sặc sỡ đầy sắc màu. Xa xa là mỏm núi đá nhô ra gần biển khơi.

Hoạt cảnh: bờ biển có cát, bãi tắm cát dọc bờ biển, khu du lịch biển có bờ cát, bờ cát bồi đắp ở sông; pháo đài hay công sự bờ biển; bãi phơi nắng trên bờ hồ bơi ở gia đình.

King Of Cups

Ông vua trong lá bài đang ngồi trên ngai vàng giữa biển, như thể ông chính là vị vua của biển cả. Ông mặc áo màu xanh, khoác áo choàng màu vàng và quấn khăn đỏ, ông đội vương miện trên đầu và đeo sợi dây chuyền có đính một con cá vàng. Trên hai tay của vua cầm một chiếc cốc và quyền trượng, nét mặt của ông thể hiện sự quyết đoán khá rõ rệt. Hình ảnh mặt biển đang dậy sóng khá dữ dội với hình ảnh con cá nhảy lên và con thuyền chao đảo. Sau lưng là hình ảnh con tàu rượt đuổi cùng cá heo.

Hoạt cảnh: giữa biển, công sự giữa biển; tàu bè hay vận tải giữa biển; bong-ke giữa biển; đảo biệt lập giữa biển; hải đảo, quần đảo; giàn khoan dầu giữa biển.

ẨN PHỤ (MINOR ARCANA) – BỘ TIỀN (PENTACLE SUIT)

Ace Of Pentacle

Lá bài mô tả hình ảnh một bàn tay lớn từ trong đám mây đang đưa ra, nâng đồng tiền lớn trên đó có khắc biểu tượng của ngôi sao năm cánh (một số quan niệm cho rằng đây là một cái đĩa kim loại, hay một chiếc bùa sử dụng trong giả kim, hoặc môn huyền học khác). Bên dưới là một khu vườn có rất nhiều hoa lily trắng, xung quanh là một hàng rào được trồng bằng hoa hồng đỏ, có một chiếc cổng vòm dẫn về phía xa xa có những núi đồi trùng điệp nhấp nhô.

Hoạt cảnh: vườn hoa, vườn hoa công cộng; khu vườn có rào cây bao quanh; vườn được chăm sóc; khu biệt thự tư nhân có rào cây trồng hoa.

Two Of Pentacles

Lá bài mô tả hình ảnh một người đàn ông trẻ đang giữa hai đồng tiền trong tay tạo nên hình ảnh của biểu tượng vô cực đang luân chuyển theo hai đồng tiền trên tay của ông. Tuy nhiên, người đàn ông đang ở trong trạng thái bấp bênh, không hề vững vàng. Phía sau lưng, là biển cả đang nổi sóng. Con thuyền ngoài xa đang nhấp nhô theo từng đợt sóng dữ.

Hoạt cảnh: hải cảng, khu thương mại biển; khu cảng biển có vận tải; cửa biển hay cửa sông có thương mại hay vận chuyển hàng hóa; cầu cảng thương mại; cầu bắc qua bờ nếu nhà biệt thự liền sông.

Three Of Pentacles

Hình ảnh tiêu biểu của lá bài thường là hình ảnh một nhóm bao gồm một người mang hình ảnh kiến trúc sư hoặc thợ nề, còn lại là các quý tộc và giới tu sĩ đang chiêm ngắm và bàn thảo kế hoạch, có vẻ như công việc ở đây là sửa chữa trùng tu công trình kiến trúc này. Hình tượng 3 đồng tiền được khắc họa trên cây cột ở giữa lá bài nhấn mạnh đặc điểm nền móng cũng như vai trò quan trọng của việc xây dựng.

Hoạt cảnh: đền thờ hay các lâu đài, giáo đường hay công trình tôn giáo; bên trong công trình công cộng; công trình to lớn hay công trình hành chính; công trình cổ hay đại diện cho uy quyền, trung tâm của căn nhà.

Four Of Pentacles

Lá bài thường được diễn tả với hình ảnh một vị vua đang ngồi trên ngai bằng đá, tượng trưng cho vị trí, thành quả hiện tại. Và ông ta ngồi xoay lưng lại với thành phố phía sau. Bốn đồng tiền, một trên vương miện, một được ôm trong lòng, hai ở bên dưới chân. Hình tượng trung tâm của lá bài là hình tượng, một biểu tượng rõ ràng về vấn đề quyền lực. Các đồng tiền trong lá bài này được thể hiện khá cân xứng: một ngôi ở trên đầu vị vua, một ngôi thì ở được giữ trong tay ở giữa ngực còn hai đồng tiền còn lại được đặt dưới hai chân của vua; sự sắp xếp này có lẽ để thể hiện sự ổn định và  vững chắc về quyền lực của vua. Sau lưng vua là hình ảnh một thành phố, thể hiện mức độ kiểm soát của vua với lãnh thổ của mình.

Hoạt cảnh: đô thị sầm uất, khu đô thị giàu có, trù phú; khu dân cư ở thành phố; thành phố lớn, trọng điểm; phòng khách hay khu vực tụ tập gia đình.

Five Of Pentacles

Hình ảnh tiêu biểu của lá bài thường là hình ảnh hai hay ba người đi trong thời tuyết, áo quần sộc sệch, cùng khổ đứng bên ngoài giáo đường. Hình tượng hai người hành khất này đi trong cơn bão tuyết thể hiện rõ sự

khốn khó. Điều đáng chú ý là sự ngưỡng vọng của người hành khất với ánh sáng từ cửa sổ của giáo đường nơi ta thấy có hình tượng 5 đồng tiền.

Hoạt cảnh: bên ngoài thánh đường hay nhà thờ hay các nơi tôn giáo; xung quanh khu vực đền thờ, chùa chiền hay các công trình tâm linh.

Six Of Pentacles

Lá bài diễn tả hình ảnh một người thương nhân giàu có, khoát trên mình một tấm áo màu đỏ. Trong tay là một chiếc cân vàng, một tay còn lại ông đang phân phát tiền bạc cho những người bần cùng, khốn khó.

Các đồng tiền trong hình này được thể hiện thành một vòng trên đầu của người thương nhân, còn ở hai bên thì có hai người đang xin sự bố thí từ người thương nhân này.

Hoạt cảnh: khu vực nghèo khổ, khu ổ chuột, khu dân cư lao động; trại tế bần, khu từ thiện; khu dân cư tị nạn; khu vực không được sửa sang, cũ kỹ ở gia đình.

Seven Of Pentacles

Hình ảnh người nông dân đang ngừng việc lao động của mình lại, vừa có vẻ như nghỉ ngơi giữa chừng ngay giữa khu vườn của chính mình mà vừa có vẻ như đang suy nghĩ về công việc của mình. Hình ảnh các đồng tiền  được vẽ ẩn trong vườn rau dưới chân của người nông dân như là thể hiện cho công việc của anh ta vẫn còn chưa hoàn tất.

Hoạt cảnh: khu trồng trọt, canh tác nông nghiệp; khu nhà kính, trồng rau củ công nghiệp; khu trồng rau gia đình, khu vườn rau trang trí; khu trồng trọt trên ban công hay nóc nhà.

Eight Of Pentacles

Hình ảnh tiêu biểu của lá bài thường là một người thợ thủ công đang ngồi chế tác đá. Vẻ mặt trầm tĩnh, nhẫn nại và cẩn thận. Ông làm việc từng chút một cách kỹ lưỡng và tinh tế. Người kinh doanh cần đến sự tinh tế,  tham vọng và sự nhẫn nại, nó đề cập đến cả sự khôn ngoan, xảo quyệt và các mưu đồ lớn. Người thợ ngồi giữa khu chế tác đá của gia đình hay của chủ xưởng.

Hoạt cảnh: xưởng thủ công nghiệp; xưởng hay khu vực làm việc thủ công, khu chế tác hay khu xây dựng công trình; khu chế xuất hay khu công nghiệp nói chung; nơi sửa đồ hay làm việc tay chân tại nhà; garage ô tô hay các xưởng chế tạo máy.

Nine Of Pentacles

Lá bài thường được mô tả với hình ảnh một người phụ nữ cao sang đi dạo trong vườn nho trù phú của mình. Trên người cô vận y phục thướt tha, trong tay cô có một con chim ưng đang đội chiếc mũ trùm đầu. Dưới chân  của cô là một con ốc sên đang bò quanh. Các đồng tiền được thể hiện trong khu vườn đầy ắp hoa quả báo hiệu một vụ mùa bội thu và mang về nhiều lợi ích cho chủ nhân của nó. Một hình ảnh khác cũng đáng chú ý là hình tượng chim cắt trên tay của tiểu thư, dường như thể hiện sự thông minh và tính toán cẩn thận của tiểu thư.

Hoạt cảnh: khu vườn trồng cây cảnh, khu sản xuất cây cảnh công nghiệp hay hoa công nghiệp; biệt thự có vườn cao cấp được chăm sóc; khu công viên hay bảo tàng ngoài trời được quản lý.

Ten Of Pentacles

Lá bài diễn tả về hình ảnh một cụ già đáng kính đang ngồi nghỉ ngơi sau cánh cổng tò vò của lâu đài của ông. Ở phía sau, là hình ảnh những người thành niên trong gia đình, trong tay đang dẫn một em bé. Trên tay người đàn ông cầm chiếc cuốc, người phụ nữ cầm chiếc khiên hình như một đồng tiền lớn. Hai con chó trung thành đang làm bạn với cụ già. Trên mình ông khoát chiếc áo choàng được thiêu dệt bằng những biểu tượng huyền bí, đại diện cho tri thức uyên thâm. Lá bài này hàm chứa rất nhiều các hình tượng khác nhau như sự sắp xếp của 10 đồng tiền trên hình vẽ, những hình ảnh trên áo choàng của ông già, hình tượng của dinh thự bề thế của gia đình này.

Hoạt cảnh: dinh thự hay biệt thự; khu nhà giàu có xa hoa trong thành phố; khu dân cư cao cấp hay khu vực đắt đỏ của thành phố, khu mặt tiền của nhà hay phòng khách trang trọng.

Page Of Pentacles

Lá bài miêu tả một người đàn ông mặc một chiếc áo màu xanh lục đã phai màu, chiếc ủng có màu da, khăn choàng đầu màu đỏ rực. Người đàn ông đứng trên một cánh đồng nhỏ có một nhóm cây mọc từ đằng xa. Bên góc phải có hình ảnh ngọn đồi có màu xanh đậm tương đối nổi bật trên hình ảnh.

Phông nền xung quanh người đàn ông màu vàng trùng với đồng tiền anh ta đang với tay đón lấy, bầu trời lúc này như màu của những chiếc lá vàng khi tới thu sẽ rơi xuống.

Hoạt cảnh: khu canh tác trên thung lũng hay vùng bằng phẳng, vùng trồng cây thân gỗ hay các cây cao, khu rừng có quản lý hay khu trồng cây lâu năm.

Knight Of Pentacles

Lá bài miêu tả một người kị sĩ mặc bộ giáp sắt từ đầu tới chân, khoác tấm áo choàng màu đỏ đậm. Chàng kỵ sĩ ngồi trên con ngựa đen tuyền cũng được buộc dây cương màu đỏ đậm. Điểm đáng chú ý là trên đầu chàng kỵ sĩ cũng như trên đầu ngựa đều có một chỏm cây thể hiện cho yếu tố đất của lá bài. Hình ảnh mô tả chàng kỵ sĩ đang cầm một đồng tiền trong tay như đang suy nghĩ xem mình nên làm gì tiếp theo với nó. Khung cảnh của lá bài cũng là màu vàng, chàng kỵ sĩ cưỡi ngựa đứng trên mỏm đất màu xanh, phía xa xa là những thửa ruộng bậc thang có vài ngọn cây và hình dáng một dãy núi ở xa.

Hoạt cảnh: khu canh tác nông nghiệp ở trên đồi hay núi cao; cánh đồng nhỏ trên núi, ruộng bậc thang; khu vườn nhỏ trên núi cao.

Queen Of Pentacles

Lá bài mô tả hình ảnh nữ hoàng của hệ tiền đang ngồi trên ngai vàng trong khu vườn của mình. Nữ hoàng mặc áo trắng, váy đỏ và áo choàng màu xanh lá cây, trên đầu có vương miện và cầm đồng tiền to trong tay.

Khung cảnh khu vườn là cảnh thanh bình tĩnh lặng với cây trái trĩu quả, dưới chân nữ hoàng là các loại rau cỏ và một chú thỏ đang chạy qua, xa xa là hình ảnh sông núi. Phông nền của lá bài là màu vàng, màu của mùa thu và mùa của sự thu hoạch. Trên chiếc ngai của nữ hoàng cũng trang trí rất nhiều biểu tượng đáng chú ý như đầu dê ở tay, hình người ở bên hông, hình mặt trời trên đầu và nhiều biểu tượng khác.

Hoạt cảnh: vườn cây phù trú, sum xuê; khu vườn rậm rạp, nhiều cây cối; khu vườn trồng hoa rộng lớn; khu vườn đông đảo nhưng có thể là hoang dã.

King Of Pentacles

Lá bài mô tả ông vua đang ngồi tận hưởng những thành quả của mình. Sự sung túc là điều được thể hiện rất rõ trong lá bài này: vị vua mặc áo toàn hình ảnh những chùm nho chín, trên vương miện cũng có hình hoa trái, tư thế ngồi như vừa thắng trận (chân còn mặc giáp). Chiếc ngai màu đen thể hiện quyền lực của đất, trên hai tay chạm trổ hình đầu trâu. Xung quanh vị vua có nhiều loại cây và dây leo thể hiện sự che chở bảo vệ. Hình ảnh vị vua đang ngồi trên thành, phía sau là hình dáng tòa lâu đài.

Hoạt cảnh: khu vườn canh tác trồng cây đặc hữu của vùng; khu vườn của biệt thự hay dinh thự; khu cach tác đặc biệt của chủ nhân; khu canh tác kín đáo, không công khai.

ẨN PHỤ (MINOR ARCANA) – BỘ KIẾM (SWORD SUIT)

Ace Of Sword

Lá bài thường được miêu tả với hình ảnh bàn tay của một thiên thần đưa ra nắm lấy thanh kiếm thánh, trên đó có những nhánh cây cùng với một chiếc vương miệng bằng vàng. Điểm đáng chú ý ở đây là hình ảnh chiếc vương miện ở đầu mũi kiếm, chiếc vương miện còn mang theo hai nhành lá, ở dưới gần chuôi kiếm còn có những hình ảnh như những chiếc lá vàng rơi. Những đồi núi xa xa có màu xám xịt.

Hoạt cảnh: vùng núi hiểm trở cằn cỗi; khu vực núi hay đồi hoang vắng không bóng người; khu vực bỏ hoang không được quản lý.

Two Of Swords

Hình ảnh trung tâm của lá bài này thể hiện một người thiếu nữ đang bịt mắt, hai tay của thiếu nữ cầm hai thanh kiếm chĩa theo hai hướng chéo nhau một cách cân xứng. Trang phục và ghế ngồi của thiếu nữ đều  mang một màu trắng tương tự như sắc trắng của lưỡi gươm. Sau lưng thiếu nữ là hình ảnh biển với màu xanh lá cây của cỏ, màu xanh dương của nước biển, màu cam đậm của những hòn đá và dải đất ở xa. Ở trên cao có hình trăng lưỡi liềm là một ẩn ý lớn trong lá bài, phông nền là màu trời đêm nhưng đã có màu sáng ở dưới chứng tỏ bình minh đang bắt đầu đến. Thực ra, tất cả cảnh này đều là hình ảnh vẽ trên phông ở sau người phụ nữ.

Hoạt cảnh: khu vực sân khấu hay nơi trình diễn; khu vực đóng kịch hay tập kịch nghệ; khu diễn tập hay nơi ở tập thể cùng công việc; sân khấu ngoài trời hay trong nhà; rạp chiếu phim, rạp hát, phòng karaoke; khu giải trí điện ảnh tại nhà.

Three Of Swords

Đây có thể nói là hình ảnh biểu tượng duy nhất của bộ bài. Hình ảnh trung tâm của lá bài thể hiện một trái tim to màu đỏ đang bị 3 thanh kiếm đâm xuyên qua: một cây đâm thẳng từ trên xuống còn hai thanh kia thì đâm chéo từ hai hướng trái và phải từ trên xuống. Phông nền của lá bài cũng không hề tươi sáng khi mang màu sắc hết sức ảm đạm.

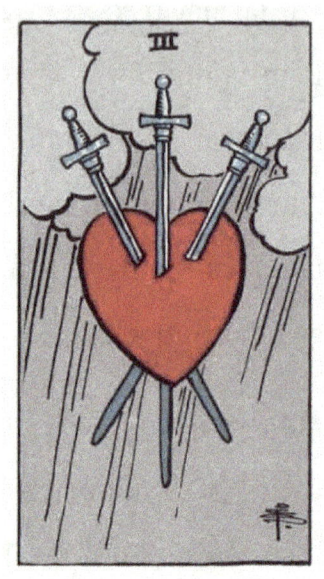

Hoạt cảnh: bên trong cơ thể, trong lòng cơ thể, bên trong cơ thể động vật hay vật nuôi trong nhà, bên trong một cơ thể máy móc hay vật dụng trong nhà.

Four Of Swords

Lá bài được miêu tả với hình ảnh của một hầm mộ châu âu cổ xưa. Trong đó có một pho tượng của một kị sĩ được tạc trên quan quách của ông. Bức tượng nằm trong tư thế nhắm mắt và đang cầu nguyện. Trên tường có treo ba thanh gươm, bên vách áo quan đá là một thanh gươm nữa.

Trên cửa ô là một bức tranh bằng kính màu vẽ về đề tài trong kinh thánh về Đức Mẹ, hoặc một vị thánh mẫu và một đứa trẻ.

Hoạt cảnh: khu nghĩa địa, khu lăng tẩm, khu tưởng niệm hay mộ danh nhân; khu vực thờ cúng người chết, nhà hỏa táng, nhà quàng, nơi đặt áo quan hay khu mộ người quá cố.

Five Of Swords

Lá bài trước thể hiện hình tượng người hiệp sĩ đang nghỉ ngơi còn lá bài này dường như thể hiện cảnh tượng ngoài chiến trường. Phông nền của lá bài là mẩu xanh đậm của trời và các đám mây trắng dường như đang bị gió mạnh thổi qua. Hình ảnh chiến binh thắng trận được thể hiện với 3 thanh kiếm thu được trong tay, hai thanh kiếm của hai người còn lại thì rơi dưới đất và cả hai người đều quay lưng bỏ đi. Hình ảnh xa xa là biển và những ngọn  núi tương phản với mặt đất bằng phẳng nơi người chiến binh đang đứng.

Hoạt cảnh: bến tàu, cửa biển hay sân bay; nơi có nhiều hướng đi khắp nơi, tỏa ra tứ phía; ngã ba đường, bùng binh hay nơi có nhiều phương tiện rẽ lối như trung tâm xe bus hay nhà ga liên tỉnh.

Six Of Swords

Lá bài thường được miêu tả với hình ảnh một người lái đò đang chở hai mẹ con trên con đò có cắm sáu thanh gươm. Người phụ nữ trùm kín mình để che dấu sự sầu khổ của bản thân. Chiếc đò đi dọc con sông, bên

tay chèo thuyền sóng cuồn cuộn, bên kia lại phẳng lặng. Hình ảnh trung tâm của lá bài thể hiện hình ảnh một người đang chèo thuyền đưa 6 cây kiếm cùng một người trùm kín người qua bờ bên kia.

Hoạt cảnh: trên phà, trên đò hay các phương tiện vận chuyển thủy; du thuyền hay thuyền vận chuyển khách; thủy phi cơ; các phương tiện vận tải biển.

Seven Of Swords

Hình ảnh thể hiện một người đang ôm 5 thanh kiếm rời đi trong khi vẫn còn đang ngoái nhìn lại hai thanh kiếm vẫn còn đang được cắm dưới đất. Hình ảnh các chiếc lều khá giống với một doanh trại cho ta gợi ý rằng  có thể nhân vật đang tìm cách đánh cắp những thanh kiếm khỏi doanh trại này. Hình ảnh đất đai gập ghềnh, bóng chiều chạng vạng cũng như 3 bóng đen đang quay lưng đi phía xa xa.

Hoạt cảnh: doanh trại quân đội, khu doanh trại công an hay cảnh sát; khu tập thể huấn luyện thể chất; khu quân sự hay bán quân sự; khu tập trung có quản lý chặc chẽ; khu công nghiệp, khu chế xuất; nhà tù hay trại quản giáo; khu tập thể nói chung.

Eight Of Swords

Nhân vật trung tâm của lá bài là thiếu nữ đang bị trói, bịt mắt đứng giữa 8 thanh kiếm cắm dưới đất. Nền đất dưới chân thiếu nữ cũng thể hiện sự bất ổn khi có nước xen kẽ với đất và trong tình trạng bị

bịt mắt thì thiếu nữ có thể rơi xuống nước bất cứ lúc nào. Phía xa xa có xuất hiện hình ảnh một tòa lâu đài trên núi nhưng dường như thiếu nữ không có bất cứ cách thức gì có thể tiếp cận được nơi đó. Ngọn đồi màu xám tro, có tòa lâu đài mái đỏ tượng trưng cho những vấn đề thực tế mà cô gái trong lá bài cần phải đối mặt.

Hoạt cảnh: khu đầm lầy, khu trũng nước hay bị ngập nước; khu vực có sông ngòi chằng chịt; khu vực hay bị đuối nước; khu vực có nguy hiểm trên sông hay biển.

Nine Of Swords

Lá bài thường được miêu tả với hình ảnh một người phụ nữ đang bưng mặt khóc thảm thương trong phòng ngủ ở nhà của chính mình. Trên tấm chăn người phụ nữ đang đắp có những ô vuông hệt như một ma phương có

các ô mang hình hoa hồng đỏ. Bên cạnh đó là các biểu tượng về các hành tinh, cung hoàng đạo trong chiêm tinh. Hình ảnh trên lá bài thể hiện một người đang ngồi trên giường và ôm lấy mặt mình vì không thể ngủ được, nhất là các thanh kiếm xếp bên trên giường, trong đó có hai thanh như đâm xuyên qua nhân vật.

Hoạt cảnh: phòng ngủ, nơi nghỉ ngơi, khu nghỉ dưỡng, nơi trú ngụ an toàn, nơi trốn tránh, nơi lưu vong, hầm trú ẩn bí mật.

Ten Of Swords

Hình ảnh tiêu biểu của lá bài thường là hình ảnh một người nằm sấp, bị đâm từ sau lưng bởi 10 thanh kiếm. Người chết nằm dưới đất có trang phục áo vàng và áo choàng đỏ, có vẻ như là một nhân vật có địa vị, địa điểm nằm chết là bên cạnh mặt nước. Ngoài ra, phông nền của lá bài cũng là điều đáng chú ý, không giống với sự độc tôn một màu ở nhiều lá trước, lá này thể hiện màu vàng ở dưới, một lớp màu xám ở giữa và tầng trên cùng là màu đen đại diện cho làn sương.

Hoạt cảnh: nơi đang diễn ra chiến sự, khu chiến tranh; khu vực đang tranh chấp; căn nhà có người mới chết; khu vực hoang phế nguy hiểm cho người qua lại; đường phố hay xảy ra tai nạn; các khu côn đồ hay diễn ra chém giết.

Page Of Swords

Lá bài miêu tả một người đàn ông mặc một chiếc áo màu đỏ đậm, mái tóc xoã ra theo cơn gió thổi. Anh ta đứng trên một chỏm đá, các đám mây sau lưng tạo hình như khói bốc lên nghi ngút. Anh ta cầm một thanh kiếm dài trong tư thế như đang sẵn sàng chiến đấu với bất cứ kẻ thù nào sắp xuất hiện. Gió lúc này như thổi mạnh mẽ về một hướng xác định, thể hiện được yếu tố khí của lá bài, phía xa

xa có hình ảnh biển và núi thể hiện sự rộng lớn của khung cảnh.

Hoạt cảnh: vùng cao nguyên đồi núi thấp, có gió lộng; nơi cánh đồng cỏ trên thảo nguyên, cao nguyên; khu đồng trống nhưng không cằn cỗi, nhiều cây thấp; khu trồng cỏ chăn nuôi.

Knight Of Swords

Lá bài thể hiện một kỵ sĩ đang ngồi trên lưng

một chú ngựa trắng, khoác trên mình chiếc áo choàng đỏ, trên đỉnh nón có hình đôi cánh đỏ, chàng giương cao thanh kiếm chỉ về phía trước, chú ngựa bị giục dây cương hí vang lao về phía trước. Trên áo choàng của kỵ sĩ và

trên dây cương của ngựa có hình các con chim. Gió thổi mạnh và ngược với hướng của chàng nhưng chàng vẫn rất quyết tâm lao tới. Phông nền cho thấy các đám mây trên trời cũng bị gió thổi bạt, hai cái cây ở xa xa cũng nghiêng ngả và dường như cồn cát phía sau cũng bị thổi bay một phần lớn.

Hoạt cảnh: khu đất trống trải nhiều gió bạt; khu đồi cát hay khu vực không cây cối không được chắn gió; khu vực có cây cối thưa và trống; khu vườn không xanh tốt; bãi nuôi ngựa hay trường đua; khu vực thi đấu thể thao trống trải.

Queen Of Swords

Hình ảnh trong lá bài thể hiện nữ hoàng đang cầm gươm. Chiếc ngai được đặt ở vị trí tạo cảm giác như là đang ở lưng chừng trời, xung quanh là rất nhiều mây bao phủ, đằng sau ngai có hai cây nhưng thấp hơn vị trí ngai. Nữ  hoàng mặc áo trắng khoác áo choàng xanh có hình những đám mây, đầu đội vương miện, tay phải cầm kiếm giơ lên còn tay trái giơ ra. Hình ảnh chiếc ngai cũng có rất nhiều biểu tượng đáng chú ý như hình đầu thiên thần hay hình con bướm, ngoài ra còn một số biểu tượng khác. Hình ảnh nền trời xanh có duy nhất một cánh chim bay là nét cuối cùng được thể hiện trong lá bài.

Hoạt cảnh: khu vực lộng gió; khu vực trống trải nói chung; khu vực có nhiều chim chóc bay lượn; khu vực đồng cỏ, trống cây cối.

King Of Swords

Hình ảnh trên lá bài thể hiện vị vua của hệ kiếm đang ngồi trên ngai vàng. Vị vua này mặc áo xanh, khoác áo choàng tím, quấn khăn màu cam và đội vương miện, dáng ngồi thẳng, tư thế cầm kiếm. Hình ảnh xung quanh thể hiện vị vua đang ngồi trên mỏm núi, xung quanh có đồng cỏ và phía sau có một số cây. Hình ảnh các đám mây cũng được thể hiện xung quanh chứng tỏ vị trí này cũng rất cao. Ngoài ra các hình ảnh trang trí trên chiếc ngai cũng rất đáng chú ý (hình mặt trăng, hình bướm, hình thiếu nữ).

Hoạt cảnh: khu đồng trống có cây cối cổ thụ; khu vực hoang hóa không được chăm sóc; khu công nghiệp bỏ hoang hay các khu đất bỏ hoang.

Bình Luận

Phương pháp này thật sự dễ sử dụng, tuy nhiên, nó chỉ có thể sử dụng với những bộ bài hiện đại ra đời sau 1900 mà thôi, do những bộ bài trước đó đều rất ít hoạt cảnh được sử dụng trong lá bài. Phương pháp này đơn giản, tương đối hiệu quả, phù hợp với tầm sơ học căn bản trong tarot. Mặc dù vậy, nó cũng bị hạn chế là không cảnh hoạt cảnh trong lá bài không có độ đa dạng hoặc không mang tính phổ quát. Mặc dù vậy, nó cũng bị hạn chế là độ phủ rộng các biểu tượng không giống nhau ở các nền văn hóa, rõ ràng, nếu sử dụng bộ Waite, nó sẽ phù hợp với các quốc gia phương Tây hơn là phương Đông, như vậy, chúng tôi khuyến khích sử dụng các bộ bài văn hóa địa phương hay mang tính địa phương cho phương pháp này.

CHƯƠNG IV

PHƯƠNG PHÁP SỐ HỌC

Nguyên Lý

Một cách khác để truy vấn Tarot về không gian được đưa ra từ rất sớm là phương pháp số học. Nguyên lý rất đơn giản: các lá ẩn chính đại diện cho độ dài tính dựa trên bước chân, các lá ẩn phụ đại diện cho hướng và số bước đi.

Tôi sưu tập được 2 thuyết khác nhau, thuyết thứ nhất ra đời ở nhóm Pháp – Ý từ rất sớm; thuyết thứ hai ra đời muộn hơn sau năm 1900 ở nhóm tarot Anh - Mỹ.

Thuyết thứ I, Cụ thể:

- Mỗi ẩn chính đại diện cho độ dài đơn vị tính bằng bước chân:

    o The Fool: được tính là 22 bước chân cho một đoạn đơn vị theo quy tắc cổ của nhà huyền học Etteilla.

    o The Magician cho đến The World: được tính là 1 bước chân cho đến 21 bước chân cho một đoạn đơn vị.

- Ẩn phụ bộ Wands (bộ Gậy) đại diện cho hướng nam, Ace of Wands được tính là 1 đoạn đơn vị, 2 of Wands đến 10 of Wands được tính là 2 đoạn đơn vị đến 10 đoạn đơn vị. Page of Wands đến King of Wands được tính là 11 đoạn đơn vị đến 14 đoạn đơn vị.

- Ẩn phụ bộ Cups (bộ Cốc) đại diện cho hướng tây, Ace of Cups được tính là 1 đoạn đơn vị, 2 of Cups đến 10 of Cups được tính là 2 đoạn đơn vị đến 10 đoạn đơn vị. Page of Cups đến King of Cups được tính là 11 đoạn đơn vị đến 14 đoạn đơn vị.

- Ẩn phụ bộ Swords (bộ Kiếm) đại diện cho hướng đông, Ace of Swords được tính là 1 đoạn đơn vị, 2 of Swords đến 10 of Swords được tính là 2 đoạn đơn vị đến 10 đoạn đơn vị. Page of Swords đến King of Swords được tính là 11 đoạn đơn vị đến 14 đoạn đơn vị.

- Ẩn phụ bộ Pentacles (bộ Tiền) đại diện cho hướng bắc, Ace of Pentacles được tính là 1 đoạn đơn vị, 2 of Swords đến 10 of Pentacles được tính là 2 đoạn đơn vị đến 10 đoạn đơn vị. Page of Pentacles đến King of Pentacles được tính là 11 đoạn đơn vị đến 14 đoạn đơn vị.

Thuyết thứ II, Cụ thể:

- Mỗi ẩn chính đại diện cho độ dài đơn vị tính bằng bước chân:

    o The Fool: được tính là 0 bước, tức là tại chỗ. Quy tắc này tính sau khi sự phổ biến của họ bài Anh – Mỹ lấn lướt họ bài Pháp – Ý, sau năm 1900.

o The Magician cho đến The World: được tính là 1 bước chân cho đến 21 bước chân cho một đoạn đơn vị.

- Ẩn phụ bộ Wands (bộ Gậy) đại diện cho hướng nam, Ace of Wands được tính là 1 đoạn đơn vị, 2 of Wands đến 10 of Wands được tính là 2 đoạn đơn vị đến 10 đoạn đơn vị. Page of Wands đến King of Wands được tính là các người cần phải được hỏi khi đi đến vị trí chỉ định để tìm thấy vị trí cần tìm.

- Ẩn phụ bộ Cups (bộ Cốc) đại diện cho hướng tây, Ace of Cups được tính là 1 đoạn đơn vị, 2 of Cups đến 10 of Cups được tính là 2 đoạn đơn vị đến 10 đoạn đơn vị. Page of Cups đến King of Cups được tính là các người cần phải được hỏi khi đi đến vị trí chỉ định để tìm thấy vị trí cần tìm.

- Ẩn phụ bộ Swords (bộ Kiếm) đại diện cho hướng đông, Ace of Swords được tính là 1 đoạn đơn vị, 2 of Swords đến 10 of Swords được tính là 2 đoạn đơn vị đến 10 đoạn đơn vị. Page of Swords đến King of Swords được tính là các người cần phải được hỏi khi đi đến vị trí chỉ định để tìm thấy vị trí cần tìm.

- Ẩn phụ bộ Pentacles (bộ Tiền) đại diện cho hướng bắc, Ace of Pentacles được tính là 1 đoạn đơn vị, 2 of Swords đến 10 of Pentacles được tính là 2 đoạn đơn vị đến 10 đoạn đơn vị. Page of Pentacles đến King of Pentacles được tính là các người cần phải được hỏi khi đi đến vị trí chỉ định để tìm thấy vị trí cần tìm.

Nam

Từ 1 đến 14 bước

Đông Từ 1 đến 14 bước 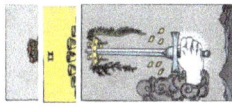 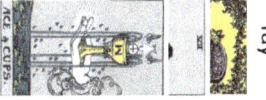 Tây

Từ 1 đến 14 bước

Từ 1 đến 14 bước

Bắc

Bình Luận

Phương pháp này thật sự đơn giản, đơn giản trong tính toán và cả cách sử dụng. Tuy nhiên, phương pháp này giới hạn trong một không gian hạn hẹp theo bước chân, tối đa chỉ khoảng hơn 200 bộ (200 feets cỡ 60 m) mà thôi. Việc sử dụng bước chân (feets) làm đơn vị tính khiến cho chúng tôi cho rằng phương pháp này là một trong những phương pháp sớm nhất để dự đoán thời gian trong tarot, ngoài phương pháp tinh tú kế được trình bày tiếp theo.

-

CHƯƠNG V
PHƯƠNG PHÁP CHIÊM TINH
BẰNG TINH TÚ KẾ (EPHEMERIS)

Nguyên Lý

Đây là phương pháp phức tạp nhất trong các phương pháp đã trình bày trước đó. Người dùng phương pháp này cần có kiến thức sâu rộng về chiêm tinh và tinh tú kế (Ephemeris). Đây có lẽ cũng là một trong cách phương pháp sớm nhất về dự đoán không gian, do nó được các nhà huyền học cấp cao các thời kỳ sử dụng.

Phương pháp này được xây dựng dựa trên

việc dự đoán thông qua tinh tú kế. Ứng với mỗi lá bài là một tương ứng của sao-cung. Ứng với mỗi địa điểm trong không gian chiêm tinh cũng là một vị trí sao-cung. Hiện có tương đối nhiều cách thức tính toán dựa trên những điều kiện khác nhau :

Hoặc là, chỉ rút một lá và dựa trên đường đi của tinh tú. Ví dụ : nếu rút được lá The Magician, áp dụng tương ứng của Volguine, sẽ là Sun trong Leo. Cần tra cứu bản Ephemeris để biết được vị trí mà Sun (mặt trời) đi ngang qua Leo gần nhất là khi nào. Từ đó xác định được địa điểm.

Hoặc là, rút đồng thời 2 lá bài để xác định khoảng không gian. Ví dụ : nếu rút được lá Justice và Strength, theo Volguine sẽ là khoảng không gian ở giữa thời điểm vị trí Mars đi ngang qua Aries và vị trí Mars đi ngang qua

Scorpio.

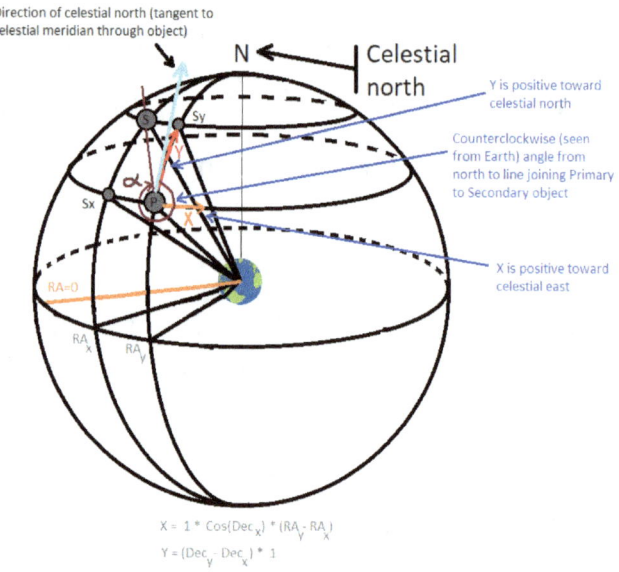

Đối với bộ Marseille hay trường phái Pháp-Ý, chúng ta chỉ sử dụng 22 lá Major mà thôi. Trong đó, chúng ta có thể theo một trong 2 phái Volguine hoặc Muchery.

Bản tham chiếu của Volguine

Lá Bài	Sao	Cung
The Magician	Sun	Leo

The High Priestess	Moon	Cancer
The Empress	Mercury	Gemini
The Emperor	Venus	Taurus
The Hierophant	Jupiter	Sagittarius
The Lovers	Mercury	Virgo
The Chariot	Venus	Libra
Strengh	Mars	Scorpio
The Hermit	Jupiter	Sagittarius
Wheel of fortune	Mars	Scorpio
Justice	Mars	Aries
The Hanged man	Jupiter	Pisces
Death	Saturn	Aquarius
Temperance	Saturn	Capricorn
The Devil	Venus	Libra
The Tower	Venus	Taurus
The Star	Mercury	Gemini
The Moon	Moon	Cancer
The Sun	Sun	Leo
The Judgement	Mercury	Virgo
The World	Moon	Cancer
The Sun	Sun	Leo

Volguine: tên đầy đủ là Alexandre Volguine,

có lẽ là nhà chiêm tinh học điển hình nhất của Pháp trong thế kỷ 20. Ông được sinh ra ở Nga, nơi đã ảnh hưởng mạnh đến nền học vấn chiêm tinh của ông. Sự kiện nổi tiếng nhất và cũng là công đóng góp lớn nhất của ông đối với lịch sử chiêm tinh là vào năm 1938, tạp chí uy tín về chiêm tinh học đầu tiên đã ra đời với tên "Les Cahiers Astrologiques" mà ông vừa là sáng lập, vừa là chủ bút đến cuối cuộc đời. Dù các nguyên lý huyền học của ông được đánh giá là rắc rối và nhiều mâu thuẫn khi cố gắng giải trích toàn bộ những nghịch lý trong chiêm tinh thông qua các nền văn hóa khác nhau như Hebrew, Arabic, Hindu, và tiền-Columbian. Ông đặt biệt cống hiến trong các nguyên lý tăng và giảm tác động của biểu đồ chiêm tinh (Astrology Chart) khi các hành tinh tương tác với các cung sao và cuối cùng, cũng là quan trọng nhất trong sự nghiệp của ông: đề xuất phương pháp tính chính xác các nhân tố tác động trong chiêm tinh, điều mà trước đó chưa từng có ai nghĩ đến. Nguyên lý này được biết đến với tên "theory of encadrement" hay "planetary containment", được ông trình bày trong cuốn The Ruler Of The Nativity.

Bản tham chiếu của Muchery

Lá Bài	Sao	Cung
The Magician	Sun	Leo
The High Priestess	Moon	Cancer
The Empress	Mercury	Gemini
The Emperor	Venus	Taurus
The Hierophant	Jupiter	Sagittarius
The Lovers	Mercury	Virgo
The Chariot	Venus	Libra
Strengh	Mars	Scorpio
The Hermit	Jupiter	Sagittarius
Wheel of fortune	Mars	Scorpio
Justice	Mars	Aries
The Hanged man	Jupiter	Pisces
Death	Saturn	Aquarius

Temperance	Saturn	Capricorn
The Devil	Venus	Libra
The Tower	Venus	Taurus
The Star	Mercury	Gemini
The Moon	Moon	Cancer
The Sun	Sun	Leo
The Judgement	Mercury	Virgo
The World	Sun	Leo
The Sun	Moon	Cancer

Muchery: Tên thật là Georges Muchery, sinh năm 1892 mất 1981. Ông là nhà văn, nhà báo, nhà chiêm tinh học, và nhà "xem bàn tay" (chiromancie) nổi tiếng của Pháp. Ông được hướng dẫn huyền học thông qua giáo sư dạy toán của ông. Người ta không biết nhiều về đời tư của ông, trừ những hoạt động rộng rãi trong giới khoa học và sân khấu, khi ông được mời nghiên cứu và xem bói bàn tay cho rất nhiều nhân vật lúc bấy giờ, nhiều người vừa là bạn vừa là khách hàng của ông như giáo sư Charles

Henry (Viện trưởng viện Vật Lý Cảm Giác - laboratoire de Physiologie des Sensations), giáo sư Charles Richet, nhà kịch nghệ Douglas Fairbanks, nhà vật lý Édouard Branly. Phần liên quan astrology này được trích từ cuốn "Le Tarot divinatoire – méthode complète d'Astromancie" của ông.

Đối với những người sử dụng tham chiếu của Golden Dawn, ta cũng có bản tương ứng sau đây, dựa trên Book T (mở rộng) của Mathers.

Lá Bài	Sao	Cung
The Fool	Venus	Gemini
The Magician	Mercury	Cancer
The High Priestess	Moon	Scorpio
The Empress	Venus	Aquarius
The Emperor	Sun	Aries
The Hierophant	Jupiter	Taurus
The Lovers	Saturn	Gemini
The Chariot	Moon	Cancer
The Strength	Mars	Leo

The Hermit	Jupiter	Virgo
The Wheel of Fortune	Jupiter	Earth
The Justice	Venus	Libra
The Hanged Man	Mercury	Pisces
The Death	Mercury	Scorpio
The Temperance	Sun	Sagittarius
The Devil	Jupiter	Capricorn
The Tower	Mars	Aries
The Star	Saturn	Aquarius
The Moon	Moon	Pisces
The Sun	Sun	Leo
The Judgement	Mars	Sagittarius
The World	Saturn	Libra*
Ace of Wands	Sun, Mars	Aries, Leo, Sagittarius
2 of Wands	Mars	Aries
3 of Wands	Sun	Aries
4 of Wands	Venus	Aries
5 of Wands	Saturn	Leo
6 of Wands	Jupiter	Leo
7 of Wands	Mars	Leo
8 of Wands	Mercury	Sagittarius
9 of Wands	Moon	Sagittarius
10 of Wands	Saturn	Sagittarius

Page of Wands	Cancer, Leo, Virgo	Earth
Knight of Wands	Sagittarius	Sun
Queen of Wands	Aries	Mercury
King of Wands	Leo	Venus
Ace of Pentacles	Jupiter, Earth	Taurus, Virgo, Capricorn
2 of Pentacles	Jupiter	Capricorn
3 of Pentacles	Mars	Capricorn
4 of Pentacles	Sun	Capricorn
5 of Pentacles	Mercury	Taurus
6 of Pentacles	Moon	Taurus
7 of Pentacles	Saturn	Taurus
8 of Pentacles	Sun	Virgo
9 of Pentacles	Venus	Virgo
10 of Pentacles	Mercury	Virgo
Page of Pentacles	Aries, Taurus, Gemini	Jupiter
Knight of Pentacles	Virgo	Mars
Queen of Pentacles	Capricorn	Moon
King of Pentacles	Taurus	Saturn
Ace of Swords	Venus, Saturn	Gemini, Libra, Aquarius
2 of Swords	Moon	Libra

3 of Swords	Saturn	Libra
4 of Swords	Jupiter	Libra
5 of Swords	Venus	Aquarius
6 of Swords	Mercury	Aquarius
7 of Swords	Moon	Aquarius
8 of Swords	Jupiter	Gemini
9 of Swords	Mars	Gemini
10 of Swords	Sun	Gemini
Page of Swords	Capricorn, Aquarius, Pisces	Earth
Knight of Swords	Gemini	Sun
Queen of Swords	Libra	Mercury
King of Swords	Aquarius	Venus
Ace of Cups	Moon, Mercury	Cancer, Scorpio, Pisces
2 of Cups	Venus	Cancer
3 of Cups	Mercury	Cancer
4 of Cups	Moon	Cancer
5 of Cups	Mars	Scorpio
6 of Cups	Sun	Scorpio
7 of Cups	Venus	Scorpio
8 of Cups	Saturn	Pisces
9 of Cups	Jupiter	Pisces

10 of Cups	Mars	Pisces
Page of Cups	Libra, Scorpio, Sagittarius	Jupiter
Knight of Cups	Pisces	Mars
Queen of Cups	Cancer	Moon
King of Cups	Scorpio	Saturn

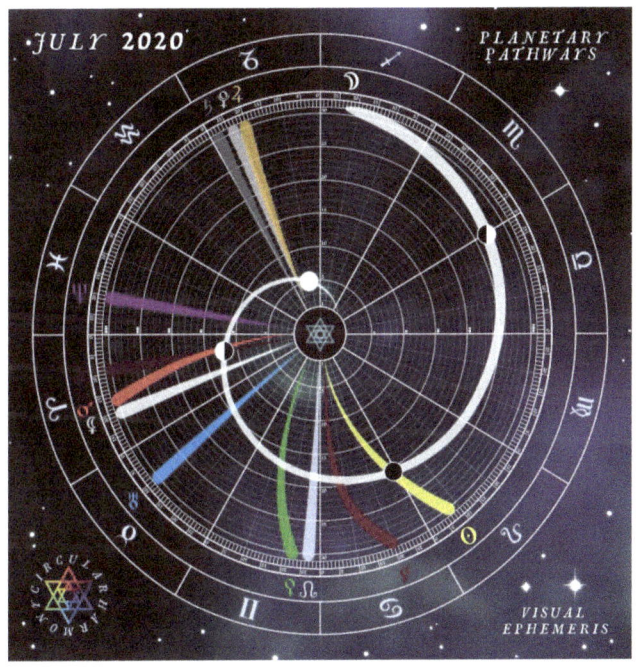

Tương quan vị trí trên bầu trời tại một địa điểm trên mặt đất.

Bình Luận

Điểm phức tạp của phương pháp này là ở chỗ, nó đòi hỏi người xem phải tra cứu tinh tú kế để biết được vị trí mà sao đi qua cung trong lá bài. Phương pháp ra đời cổ xưa, nhưng khá khó cho người thời nay. Phương pháp này cũng kết thúc các phương pháp dự đoán không gian trong tarot...

CHƯƠNG KẾT

NHỮNG NẺO ĐƯỜNG CỦA VẬN MỆNH

Từ trong thần thoại cho đến các truyền thuyết, rồi bước ra thực tại. Đó là Cassandra trong cuộc chiến thành Troy, có đến những tiên tri (The Oracle) của đền Delphi và tiếp nối là Maria Adelaida Lenormand.

Theo thần thoại, Cassandra là con gái của Vua Priam, kẻ trị vì thành Troy. Nhưng đồng thời nàng cũng là tình nhân của Thần Apollo và được vị Thần này ban tặng khả năng tiên tri. Song khi nàng từ bỏ tình yêu với vị Thần này thì ông quay sang tặng tiếp cho nàng một món quà chia tay là lời nguyền sẽ không ai tin tưởng vào những lời tiên tri của nàng. Thực là một nỗi bất hạnh lớn lao, khi những lời tiên tri của nàng về ngày tàn của thành Troy không một ai tin tưởng cả. Số phận nghiệt ngã khiến nàng phải sống để chứng kiến lửa hiểm thâm cháy tan cả thành Troy. Mà tất chỉ là trò chơi của những vị thần, mà bản thân nàng hay Troy cũng chỉ là quân cờ trên bàn cờ số phận. Có lẽ, nàng Cassandra không có liên quan nhiều đến những phần sắp tới tôi viết bên dưới, nhưng nàng là đại diện cho nỗi lòng của những tiếng người không kẻ thấu hiểu. Bởi vì trong đời sống, có những chuyện chẳng thể trốn thoát, mà con người lại sợ hãi vờ như chẳng muốn tin.

Trở lại với dòng tiên tri phương tây, thì bên cạnh Cassandra được Thần Apollo ban tặng cho khả năng tiên tri (biết trước), mà cụ thể là bằng cách nhìn thấy được tương lai. Thì bên cạnh đó, trong truyền thuyết cũng như lịch sử cũng có đề cập đến những nữ tu Pythia của đền Delphi thờ phụng Thần Apollo. Những lời tiên tri của họ được biết đến như những lời dự ngôn của Thần. Đầy bí hiểm, đa nghĩa. Trong lịch sử, năm 480 TC hoàng đế Xeres của Ba Tư xuất quân tiến đánh Hi Lạp thì cả người của Athens, Sparta lẫn người Delphi đều tìm đến những nữ tu để xin lời tiên tri trước cơn giông tố chiến chinh sắp giáng xuống mảnh đất của họ. Những tư liệu về những lời tiên tri này rất mơ hồ và khó chứng thực :

"Chỉ có những bức tường gỗ mới đứng vững, một ơn huệ cho ngươi và con cái của ngươi… Hãy chờ đợi nhưng đừng im lặng trước những kỵ binh, những hạm đội, và những đội quân tràn ngập mặt đất đang tiến gần. Hãy đi đi. Hãy quay lưng mà chạy. Nhưng thế nào đi nữa các ngươi sẽ phải lâm trận. Ôi Salamis thần thánh, ngươi là cái chết của vô số con trai của những người mẹ, giữa mùa gieo thóc và lúc gặt lúa."

Song kết quả, thì quân Ba Tư đã thất bại dưới tay quân Hi Lạp ở Salamis, dẫn đến cuộc xâm lược của quân Ba Tư bị thất bại. Dù gì, cũng khó mà phủ nhận vai trò của các nữ tu đền Delphi trong nền văn hóa Hi Lạp cổ đại. Dù những lời tiên tri của nó khiến người ta mịt mờ như kẻ đi trong sương mù. Chốt lại ở một điểm, nguồn sức mạnh giúp họ tiên tri được đến từ

Thần Apollo, song không loại trừ khả năng một vài vị nữ tu được khai tâm thụ pháp, có khả năng đặc biệt.

Từ điểm này, nảy sinh một vấn đề là nếu không thờ phụng hay nhận quà từ các vị thần, đấng siêu nhiên thì liệu chúng ta có khả năng tiên tri hay không ? Tôi tiếp tục tìm kiếm các tư liệu, sách vở; công truyền cũng như bí truyền. Thì trong một tài liệu của Mật Hội Tarot Huyền Bí có nhắc đến Marcus Tullius Cicero[1].

---

[1] Trích dẫn gốc của Cicero trong "De la divination", I, 6 : "Il y a deux sortes de divination, l'une relève d'un art qui a ses règles fixes, l'autre ne doit rien qu'à la nature. Mais quelle est la nation, quelle est la cité, dont la conduite n'a pas été influencée par les prédictions qu'autorisent l'examen des entrailles et l'interprétation raisonnée des prodiges ou celle des éclairs soudains, le vol et le cri des oiseaux, l'observation des astres, les sorts ? – ce sont là, ou peu s'en faut, les procédés de l'art divinatoire – quelle est celle que n'ont point émue les songes ou les inspirations prophétiques? – on tient pour naturelles ces manifestations. Et j'estime qu'il faut considérer la façon dont les choses ont tourné plutôt que s'attacher à la recherche d'une explication. On ne peut méconnaître en effet l'existence d'une puissance naturelle annonciatrice de l'avenir, que de longues observations soient nécessaires pour comprendre ses avertissements ou qu'elle agisse en animant d'un souffle divin quelque homme doué à cet effet."

Marcus Tullius Cicero (Thế kỷ thứ I trước CN) chia thành hai loại cơ bản: voyance và mantique (thuật ngữ tiếng Pháp, trong thuật ngữ hiện đại được gọi là Divination intuitive và Divination raisonnée). Voyance (Divination intuitive – Bói toán trực giác) là sự bói toán dựa trên sự bộc phát không giải thích được, không dựa trên một nền lý luận kiến thức nào cả và không thể giải thích được nguyên do của lời tiên tri, thông thường gắng liền với các sức mạnh siêu nhiên hoặc các vị thần mà người đó phụng sự: các bà đồng, các nhà thông linh được xếp vào nhóm này; trong các quan niệm hiện đại, nó còn được gáng cho các giá trị huyết thống. Mantique (Divination raisonnée – Bói toán lý tính) là sự bói toán dựa trên một nền kiến thức được định trước, để lý luận về sự bói toán đó, thông qua các công cụ giải tượng, có tính ly luận cao, chặc chẽ nhưng có thể gây tranh cãi. Nó được xem là một môn khoa học (hay giả khoa học theo quan niệm hiện đại) vì vậy nó dành cho tất cả mọi người và trên nguyên tắc độc lập với các giá trị huyết thống. Sự kết hợp của nó với các sức mạnh thiên nhiên có thể được duy trì hay gạt bỏ tuỳ theo quan niệm.

Vậy từ đây chúng ta có nhiều hướng để đi, nếu ta có khả năng đặc biệt; hoặc huyết thống đặc biệt; thậm chí được ban tặng từ các đấng siêu nhiên thì ta có thể sử dụng khả năng của mình một cách tự nhiên như ta nhìn, ta ngửi… Song, trường hợp chúng ta không có khả năng mạnh mẽ như thế, thì chúng ta vẫn có thể sử dụng những hệ thống bói toán được xây dựng một cách chặt chẽ, để tiến hành thôi diễn số phận. Ở hướng thứ ba, là kết hợp cả hai hướng trên.

Song, từ vấn đề này có điểm cần phải làm rõ

trong việc tiên tri, đó chính là về số phận/định mệnh/vận mệnh. Nếu như xét về mặt nào đó, thì Fate/Destiny; định mệnh/số phận dường như khá tương đồng, chúng đều chú định chúng ta đều phải chết, không trừ ai. Lưỡi hái của thời gian thu gặt sinh mạng trên cánh đồng của các vị thần. Nhưng đến cả các vị thần cũng có buổi hoàng hôn của mình. Điều này hệt như trong một cuộc vui, chúng ta tham dự vào trò chơi của hy vọng. Chúng ta được chia những quân bài, có thể tốt hoặc không. Chúng ta không thể thay đổi những quân bài song có thể tìm cách để kết hợp chúng, để đạt được kết quả khả quan nhất. Và đây là lúc chúng ta nói về vận mệnh của cuộc đời mình. Fortune.

Tại sao chúng ta lại có mong muốn biết trước vận mệnh của mình. Có lẽ, do chúng ta sợ hãi trước con đường đầy sương mù nên mong tìm một điểm sáng. Hoặc là do chúng ta tham lam muốn đạt được lợi ích cao nhất từ việc biết trước. Âu cũng là lẽ thường, vì đây là nhân tính, mặt tối trong mỗi con người chúng ta.

Thời gian trường hà, sông rộng thời gian cuồn cuộn cuốn trôi bao thân phận. Ta hệt như con cá chỉ có thể xuôi dòng. Nhưng những người có khả năng đặt biệt hoặc là mượn nhờ sức mạnh nào đó, có thể nhảy lên khỏi dòng thời gian để nhìn thấy vô vàn sự kiện xảy ra trong tương lai. Trong khi đó, một số người khác lại mượn nhờ tri thức vô tận để làm đòn bẩy tự thân nhảy vượt lên, nhìn thấy đồng thời dự đoán những sự kiện diễn ra trong tương lai. Cả hai cách, khi nhảy vượt lên khỏi dòng thời gian, đều trực tiếp khuấy động mọi thứ ở hiện tại. Nên xuất hiện vô vàn biến số không thể ngờ đến trong tương lai. Vì vận mệnh vốn vô định.

Từ đông sang tây, chúng ta có nhiều hình thức

để tiên tri như : chiêm mộng, vu thuật, lên đồng, kinh dịch, tử vi, tarot, rune, lenormand, oracle, …., vô vàn phương pháp bói toán, để thôi diễn dòng chảy của vận mệnh. Có phương pháp có hệ thống, có phương pháp phụ thuộc vào khả năng của người sử dụng. Tất cả nhằm mục đích biết trước vận mệnh.

Nhưng biết trước không phải để trốn tránh, để ngồi yên chờ đợi chuyện như nguyện. Mà là để từng bước tranh đấu, để khai tâm thụ pháp, để hiểu được trong bánh xe số phận, thì phiền não cũng là bồ đề. Dù chúng ta không thể thoát khỏi số mệnh nhưng khi hiểu rõ được bản chất của đau khổ (phiền não) thì chúng ta mới có thể tìm được sự tự do thực sự (bồ đề).

VỀ TÁC GIẢ

Philippe Ngo, tiến sĩ, một người nghiên cứu tarot tại Pháp. Sáng lập viên của cộng đồng Tarot Huyền Bí. Tác giả một số cuốn chuyên luận về tarot như: Mật Mã Tarot, Tarot Hằng Ngày, Quỷ Học Trong Tarot – Vài Luận Đề, Dự Đoán Thời Gian Trong Tarot…

www.ingramcontent.com/pod-product-compliance
Lightning Source LLC
Chambersburg PA
CBHW070736020526
44118CB00035B/1398